अमृतवाणी

संजय वाघमारे

Made with ♥ on the Notion Press Platform
www.notionpress.com

अनुक्रमणिका

प्रस्तावना v

1. गुरू रविदास — 'अमृतवाणी' - (भजनांचा मराठी काव्यानुवाद आणि भावार्थ) 1

प्रस्तावना

अमृतवाणी

संत शिरोमणी गुरू रविदास – 'अमृतवाणी' - (भजनांचा रसाळ मराठी काव्यानुवाद आणि भावार्थ)

पुस्तकाबद्दल (Introduction):

संत शिरोमणी गुरू रविदास महाराज हे भारतीय भक्ती चळवळीतील एक महान क्रांतीसूर्य, समतावादी संत आणि थोर कवी होते. त्यांनी आपल्या सोप्या, रसाळ आणि भक्तीपूर्ण वाणीने समाजातील विषमता नष्ट करून 'बेगमपुरा' (जिथे कोणतेही दुःख आणि भेदभाव नाही असा समाज) ही संकल्पना मांडली.

प्रस्तुत **'अमृतवाणी'** या ग्रंथात त्यांच्या पवित्र पदांचा (भजनांचा) मूळ राग आणि लयीसह **मराठीत सुगेय काव्यानुवाद** करण्यात आला आहे. ही भजने केवळ वाचण्यासाठी नसून, मूळ सुरावटीत सहज गाता येतील अशा रितीने गुंफली आहेत.

पुस्तकाची मुख्य वैशिष्ट्ये (Key Features)

सुगेय मराठी अनुवाद: मूळ पंजाबी/ब्रज भाषेतील भजनांचा मराठी भाषेच्या गोडव्यात असा अनुवाद, जो थेट टाळाच्या आणि चिपळीच्या तालावर गाता येईल.

राग आणि लयीचा उल्लेख: प्रत्येक भजनाच्या सुरुवातीला त्याच्या मूळ रागाचा (उदा. राग बिलावल, राग सोरठि, राग गोंड) उल्लेख, ज्यामुळे गायकांसाठी हे पुस्तक अत्यंत उपयुक्त ठरेल.

सोपा भावार्थ: भजनांमधील कठीण शब्दांचे अर्थ आणि त्यामागील गूढ आध्यात्मिक व सामाजिक विचार अतिशय सोप्या मराठीत स्पष्ट केले आहेत.

क्रांतिकारी आणि समतावादी विचार: जातीभेद, कर्मकांड आणि अहंकारावर प्रहार करणारे संत रविदासांचे क्रांतिकारी विचार आजच्या पिढीला मार्गदर्शक ठरणारे आहेत.

वाचक आणि संतांचे अभिप्राय

"संत रविदासांची वाणी हा मानवतेचा आणि शुद्ध भक्तीचा झरा आहे. हा मराठी अनुवाद महाराष्ट्रातील वारकरी आणि भजनप्रेमी जनतेला एका वेगळ्या भक्तीरसाची अनुभूती देईल."

1. गुरू रविदास – 'अमृतवाणी' - (भजनांचा मराठी काव्यानुवाद आणि भावार्थ)

1. बेगम पुरा सहर को नाउ

बेगमपुरा हे शहराचे नाव ॥
दुःख चिंता नाही त्या ठाव ॥
नाही विवंचना, कर ना माल ॥
ना भीती, ना चूक, ना व्हावा संहार ॥१॥
आता मज सुंदर वतन हे लाभे ॥
सदा तिथे कल्याणच वाहे, माझ्या बंधू रे ॥१॥
अढळ, निरंतर सदा तिथे बादशाही ॥
दुसरा ना तिसरा, सर्व एकच पाही ॥
सदा वसलेले, कीर्ती ज्याची थोर ॥
तृप्त, श्रीमंत जन राहती तिथवर ॥२॥
इच्छेनुसार तिथे सारे फिरती ॥
महालाचे राजे, कोणी ना अडविती ॥
म्हणे रविदास, मुक्त मी चमचकार (चर्मकार) ॥

जो या नगरीचा, तोच सखा आमुचा थोर ॥३॥

बेगम पुरा सहर को नाउ ॥
दूखु अंदोहु नही तिहि ठाउ ॥
नां तसवीस खिराजु न मालु ॥
खउफु न खता न तरसु जवालु ॥1॥
अब मोहि खूब वतन गह पाई ॥
ऊहां खैरि सदा मेरे भाई ॥1॥
काइमु दाइमु सदा पातिसाही ॥
दोम न सेम एक सो आही ॥
आबादानु सदा मसहूर ॥
ऊहां गनी बसहि मामूर ॥2॥
तिउ तिउ सैल करहि जिउ भावै ॥
महरम महल न को अटकावै ॥
कहि रविदास खलास चमारा ॥
जो हम सहरी सु मीतु हमारा ॥3॥

मूळ काव्याच्या लय, यमक आणि ‘राग गउड़ी’ (किंवा कोणत्याही भक्ती रसातील रागात) सहज गाता येईल अशाच रचनेत केला आहे. बेगमपुरा (बे-गम-पुरा): म्हणजे असे ठिकाण जिथे ‘गम’ (दुःख) नाही. संत रविदास एका अशा

समतावादी समाजाची कल्पना करत आहेत जिथे कोणताही भेदभाव नाही. दुसरा ना तिसरा: तिथे कोणीही मोठा किंवा लहान नाही, सर्व समान आहेत. जो या नगरीचा, तोच सखा आमुचा: जो कोणी या समता आणि आनंदाच्या विचारांशी जोडलेला आहे, तोच माझा खरा मित्र आहे. बेगमपुरा शहराबद्दल रविदासजींच्या या भक्ती रचनेत एक आदर्श समाजाचे वर्णन आहे, जिथे दुःख, चिंता, कर, भय किंवा गरिबी नाही. सर्वजण समान आणि सुखी आहेत, कोणीही उच्च किंवा नीच नाही. तिथे कायमचा आनंद आणि शांती आहे, कोणतेही भेदभाव किंवा अडथळे नाहीत. रविदासजी म्हणतात की, अशा शहरात राहणारे सर्वजण मुक्त आणि आनंदी आहेत, आणि जो कोणी तिथे येतो, तो त्यांचा मित्र बनतो. ही रचना समता, स्वातंत्र्य आणि शांततेचे सुंदर चित्र रेखाटते.

2. दूधु त बछरै थनहु बिटारिओ

दूध तर वासराच्या लाळेने उष्टे झाले ॥
फूल भोंग्याने, जल माशाने विटाळले ॥१॥
माते! गोबिंदाची पूजा मी कशी करू? ॥
दुसरे अनुपम फूल मी कोठून आणू? ॥१॥ रहाउ ॥
चंदनाला वेढून राहिलेत भुजंग (सर्प) ॥
विष आणि अमृत तिथे राहतात एक संग ॥२॥
धूप-दीप अन् नैवेद्यातही सुवास (उष्टेपणा) ॥
कशी पूजा करावी मग तुझ्या या दासा? ॥३॥

तन-मन अर्पून मी पूजा ही करीन ॥
गुरूकृपेने त्या निरंजनाला (परमात्म्याला) पाहीन ॥४॥
अशी बाह्य पूजा-अर्चा मज जमणार नाही ॥
म्हणे रविदास, मग गती माझी काय होई? ॥५॥

दूधु त बछरै थनहु बिटारिओ ॥
फूलु भवरि जलु मीनि बिगारिओ ॥1॥
माई गोबिंद पूजा कहा लै चरावउ ॥
अवरु न फूलु अनूपु न पावउ ॥1॥ रहाउ ॥
मैलागर बेर्हे है भुइअंगा ॥
बिखु अम्रितु बसहि इक संगा ॥2॥
धूप दीप नईबेदहि बासा ॥
कैसे पूज करहि तेरी दासा ॥3॥
तनु मनु अरपउ पूज चरावउ ॥
गुर परसादि निरंजनु पावउ ॥4॥
पूजा अरचा आहि न तोरी ॥
कहि रविदास कवन गति मोरी ॥5॥

गायीचे दूध काढले जाते, फुले मधमाश्या खराब करतात, तर मासे पाण्यातून नष्ट होतात, मग पूजेसाठी काय अर्पण करावे? (१) ते प्रश्न करतात की, हे गोविंदा, तुझी पूजा कशी

करू? कारण दुसरे कोणतेही फूल किंवा अनुपम वस्तू मला सापडत नाही. मगरीच्या अंगावर विषारी आणि अमृतासारखे गुण एकत्र असतात, तसेच जीवनात चांगले-वाईट एकत्र असतात. (२) धूप, दीप, नैवेद्य यांना विशिष्ट वास असतो, पण तुझ्या दासाची पूजा कशी होऊ शकते? (३) रविदास म्हणतात, मी माझे तन-मन तुला अर्पण करतो, आणि गुरूकृपेने निरंजन (निर्गुण ईश्वर) प्राप्त करतो. (४) शेवटी, ते म्हणतात की, पारंपरिक पूजा आणि अर्चना माझ्यासाठी नाही; माझी गती (मुक्ती) काय आहे, हे मी विचारतो. (५) ही रचना खऱ्या भक्तीवर जोर देते, जी बाह्य कर्मकांडांपेक्षा मनाची शुद्धता आणि समर्पणात आहे.

3. माटी को पुतरा कैसे नचतु है

मातीचा हा पुतळा कसा रे नाचतो ॥
बघतो, ऐकतो, बोलतो आणि धावत सुटतो ॥१॥
जेव्हा काही लाभे त्याला, गर्व तेव्हा करतो ॥
माया (संपत्ती) जेव्हा जाते, तेव्हा रडू लागतो ॥१॥
मन, वचन, कर्माने विषयांत तो लुब्ध झाला ॥
नाश पावताच (देह), कुठे जाऊन विलीन झाला? ॥२॥
म्हणे रविदास, हा संसार एक खेळ आहे भाई ॥
खेळवणाऱ्या (परमेश्वरा) संगे माझी प्रिती जडून जाई ॥३॥

माटी को पुतरा कैसे नचतु है ॥
देखै देखै सुनै बोलै दउरिओ फिरतु है ॥1॥
जब कछु पावै तब गरबु करतु है ॥
माइआ गई तब रोवनु लगतु है ॥1॥
मन बच क्रम रस कसहि लुभाना ॥
बिनसि गइआ जाइ कहूं समाना ॥2॥
कहि रविदास बाजी जगु भाई ॥
बाजीगर सउ मुहि प्रीति बनि आई ॥3॥

यामध्ये त्यांनी मानवी शरीराची तुलना मातीच्या पुतळ्याशी आणि संसाराची तुलना एका 'खेळाशी' (बाहुल्यांच्या खेळाशी) केली आहे. मनुष्य मायेच्या जाळ्यात कसा अडकतो आणि शेवटी या सर्व खेळाचा सूत्रधार तो परमेश्वरच कसा आहे, हे यात सांगितले आहे. मूळ रचनेची लय, यमक आणि 'राग आसा' (किंवा संतरचना गाण्यासाठी वापरल्या जाणाऱ्या इतर भक्ती रागांच्या) सुरावटीत सहज गाता येईल.

मातीचा पुतळा: आपले शरीर केवळ मातीचा एक पुतळा आहे, ज्याला परमेश्वर नाचवत आहे. पण माणूस स्वतःलाच सर्वकाही समजून अहंकाराने धावपळ करत राहतो. सुख-दुःखाचे चक्र: काही मिळाले की माणसाला गर्व होतो आणि काही हिरावून घेतले की तो रडू लागतो. तो पैशाच्या आणि मोहाच्या (मायेच्या) जाळ्यात अडकलेला असतो.

बाजीगर सउ प्रीति: संत गुरू रविदास म्हणतात की, मी या नश्वर खेळाशी (संसाराशी) मनापासून जोडलो गेलो नाही, तर हा खेळ खेळवणाऱ्या त्या मुख्य 'बाजीगराशी' (परमेश्वराशी) माझे प्रेम जडले आहे. माणूस हा मातीचा पुतळा आहे, जो पाहतो, ऐकतो, बोलतो आणि इकडे-तिकडे धावपळ करतो. परंतु जेव्हा त्याला काही मिळते, तेव्हा तो गर्व करतो, आणि जेव्हा मायेचा (भौतिक सुखांचा) नाश होतो, तेव्हा तो रडतो. मन, वचन आणि कर्मांनी माणूस मायेच्या सुखांमध्ये गुंततो, पण हे सगळे नश्वर आहे आणि शेवटी नष्ट होऊन एका परम सत्यात विलीन होते. गुरू रविदासजी म्हणतात की, हे जग एक खेळ आहे, आणि त्यांना या खेळाच्या मालकाशी (ईश्वराशी) प्रेम निर्माण झाले आहे.

4. मेरी संगति पोच सोच दिनु राती

संगत माझी वाईट, चिंता दिनी-राती ॥
कर्म माझे कुटिल, जन्म हा कुजाती ॥१॥
राम गोसाव्या (देवा)! तूच जीवाचा जीव रे ॥
मज विसरू नको, मी दास तुझा रे ॥१॥
हरून घे विपत्ती, दास समजून पाही ॥
चरण सोडणार नाही, देह हा जरी जाई ॥२॥
म्हणे रविदास, आलो तुझ्याच शरण ॥
त्वरे भेट दासा, करू नको विलंब ॥३॥

मेरी संगति पोच सोच दिनु राती ॥
मेरा करमु कुटिलता जनमु कुभांती ॥1॥
राम गुसईआ जीअ के जीवना ॥
मोहि न बिसारहु मै जनु तेरा ॥1॥
मेरी हरहु बिपति जन करहु सुभाई ॥
चरण न छाडउ सरीर कल जाई ॥2॥
कहु रविदास परउ तेरी साभा ॥
बेगि मिलहु जन करि न बिलांबा ॥3॥

मूळ रचनेची लय, यमक आणि **'राग सोरठ'** (किंवा इतर कोणत्याही आर्ततेच्या, भक्तीच्या रागात) सहज गाता येईल.

आत्मनिवेदन: संत रविदास म्हणतात की माझी संगती, माझे विचार आणि माझी कर्मे यात अनेक उणिवा आहेत. मी रात्रंदिवस चिंतेत असतो. परंतु, या सर्व गोष्टी बाजूला ठेवून मी तुझ्या दारी आलो आहे.

जीवाचा जीव: परमेश्वर हाच या जीवाचा खरा आधार (जीवन) आहे. त्यामुळे "हे देवा, मला विसरू नकोस, मी तुझाच सेवक आहे," अशी आर्त हाक ते मारत आहेत.

अढळ भक्ती: "चरण न छाडउ सरीर कल जाई" – म्हणजेच हा नश्वर देह जरी नष्ट झाला, तरी मी तुझे पाय सोडणार नाही, हा दृढ निश्चय त्यांनी या रचनेत मांडला आहे.

गुरू रविदासजी आपली नम्रता आणि ईश्वरावरील पूर्ण समर्पण व्यक्त करतात. ते म्हणतात की त्यांची संगत (सहवास) नीच आहे, त्यांचे विचार सतत चिंतेत असतात, त्यांचे कर्म अयोग्य आहेत आणि त्यांचा जन्मही कमी दर्जाचा आहे. तरीही, ते परमेश्वराला (राम गुसईया) जीवनदाता म्हणून संबोधतात आणि विनंती करतात की, "हे प्रभू, मी तुझा दास आहे, मला विसरू नकोस." (रहाउ)पुढे, ते प्रार्थना करतात की प्रभू त्यांच्या विपत्ती (संकटे) दूर करो आणि त्यांचे कल्याण करो. ते ठामपणे सांगतात की, शरीर नाश पावले तरी ते प्रभूचे चरण (शरण) सोडणार नाहीत. शेवटी, रविदासजी म्हणतात की ते प्रभूच्या सभेत (शरणात) आले आहेत आणि विनंती करतात की प्रभू लवकर त्यांच्याशी भेटावे, विलंब करू नये. सारांश: गुरू रविदासजी आपली नीच अवस्था आणि कर्मांचे दोष कबूल करतात, पण तरीही पूर्ण भक्तीने परमेश्वराला शरण जातात.

5.नामु तेरो आरती मजनु मुरारे

नाम तुझे आरती, नाम तुझे स्नान मुरारी ॥
हरीच्या नामाविण व्यर्थ हे सकल पसारे ॥१॥
नाम तुझे आसन, नाम तुझे साहाण (उरसा) ॥
नाम तुझे केशर, जे करी सुवासित पूर्ण ॥
नाम तुझे जल रे, नाम तुझे चंदन ॥

घासून नाम तुझे, तुजलाची अर्पण ॥१॥
नाम तुझा दिवा, नाम तुझी वाती ॥
नाम तुझे तेल, जे जाळी अंतःकरणात ज्योती ॥
नाम तुझ्या ज्योतीने प्रकाश हा झाला ॥
उजळून टाकिले या सकल भुवनाला ॥२॥
नाम तुझा धागा, नाम फुलांची माळा ॥
अठरा भार वनस्पती (निसर्ग) उष्टी रे गोपाळा ॥
तुझेच तुला मी काय रे अर्पू? ॥
नाम चवरीने तुजला मी विझवू ॥३॥
अठरा पुराणे, चार खाणी अन् सडूढी तीर्थे (अठसठ) ॥
याच चक्रात अडकले हे जग सारे सांगते ॥
म्हणे रविदास, नाम तुझी आरती थोर ॥
'सत्यनाम' हाच हरी, नैवेद्य तुझा थोर ॥४॥

नामु तेरो आरती मजनु मुरारे ॥
हरि के नाम बिनु झूठे सगल पासारे ॥1 ॥
नामु तेरो आसनो नामु तेरो उरसा नामु तेरा केसरो ले छिटकारे ॥
नामु तेरा अम्मभुला नामु तेरो चंदनो घसि जपे नामु ले तुझहि कउ चारे ॥1॥
नामु तेरा दीवा नामु तेरो बाती नामु तेरो तेलु ले माहि पसारे ॥
नाम तेरे की जोति लगाई भइओ उजिआरो भवन सगलारे ॥2॥
नामु तेरो तागा नामु फूल माला भार अठारह सगल जूठारे

॥
तेरो कीआ तुझहि किआ अरपउ नामु तेरा तुही चवर ढोलारे ॥3॥
दस अठा अठसठे चारे खाणी इहै वरतणि है सगल संसारे ॥
कहै रविदासु नामु तेरो आरती सति नामु है हरि भोग तुहारे ॥4॥

मूळ रचनेची लय, यमक आणि 'राग धनासी' च्या सुरावटीत (किंवा कोणत्याही संतरचना गाण्याच्या भक्ती रागात) सहज गाता येईल. हे मुरारे (प्रभू), तुझे नावच माझी आरती आणि माझे स्नान (शुद्धीकरण) आहे. परमेश्वराच्या नावाशिवाय सर्व काही खोटे आणि व्यर्थ आहे. तुझे नावच माझे आसन, उपासना आणि केशर आहे, जे मी भक्तीने अर्पण करतो. तुझे नावच माझा अगरबत्ती, चंदन, आणि ते घासून मी तुझी पूजा करतो. तुझे नावच माझा दिवा, वात आणि तेल आहे, ज्यामुळे माझे संपूर्ण जीवन आणि विश्व उजळते. तुझे नावच माझा धागा आणि फुलांची माला आहे; इतर सर्व अठरा प्रकारचे भौतिक पदार्थ व्यर्थ आहेत. प्रभूच्या कृपेने मिळालेल्या सर्व गोष्टी मी त्यालाच अर्पण करतो, आणि तुझे नावच माझा चवरी आणि ढोल आहे (भक्तीचे साधन). दहा, अठरा, अठ्ठसष्ट आणि चार खाणी (विश्वातील सर्व सृष्टी) यांचा आधार हा परमेश्वराचाच आहे. तुझे नावच खरी आरती आहे, आणि सत्यनाम हेच तुझ्या भोगाचे (प्रसादाचे) खरे स्वरूप आहे. भौतिक साधने आणि कर्मकांड व्यर्थ आहेत.

6. तोही मोही मोही तोही अंतरु कैसा

तुझ्यात-माझ्यात, माझ्यात-तुझ्यात अंतर ते काय? ॥
सोन्या-कड्या अन् लाट-जलात जे अंतर होय ॥१॥
जर आम्ही पापेच केली नसती, हे अनंता! ॥
'पतित-पावन' नाम तुझे मग कसे रे पडते आता? ॥१॥ रहाउ ॥
तू तर अंतर्यामी, आमचा नायक स्वामी ॥
भगवंताने दास ओळखावा, दासाने अंतर्यामी ॥२॥
काया आराधना करी, मज बुद्धी-विवेक देई ॥
रविदास म्हणे, समभावाने कोणी मज समजावून जाई ॥३॥

तोही मोही मोही तोही अंतरु कैसा ॥
कनक कटिक जल तरंग जैसा ॥1॥
जउ पै हम न पाप करंता अहे अनंता ॥
पतित पावन नामु कैसे हुंता ॥1॥ रहाउ ॥
तुम्ह जु नाइक आछहु अंतरजामी ॥
प्रभ ते जनु जानीजै जन ते सुआमी ॥2॥
सरीरु आराधै मो कउ बीचारु देहू ॥
रविदास सम दल समझावै कोऊ ॥3॥

हे अद्वैत तत्त्वज्ञान आणि अत्यंत जवळीक सांगणारे अप्रतिम भजन आहे (राग सोरठ/धनास्री). यामध्ये ते आत्मा आणि परमात्मा यांच्यातील अभेद्य नात्याचे वर्णन करतात. "माझ्या आणि तुझ्यामध्ये काय फरक आहे? जसा सोन्यात आणि सोन्याच्या दागिन्यात किंवा पाण्यात आणि पाण्याच्या लाटेत असतो, तसाच!" मूळ रचनेची लय, यमक आणि 'राग सोरठ' च्या सुरावटीत अगदी सहज गाता येईल.

अद्वैत भाव: संत गुरू रविदास म्हणतात की, देव आणि भक्त वेगळे नाहीत. सोन्यापासून बनवलेले कडे (कटीक) जसे शेवटी सोनेच असते आणि पाण्यात उठणारी लाट (तरंग) जशी शेवटी पाणीच असते, तसेच आपणही त्या परमात्म्याचाच अंश आहोत.

पतित-पावन: येथे ते देवासोबत एक गोड सुसंवाद साधतात; ते म्हणतात की, हे देवा! जर आम्ही पापी माणसांनी पापेच केली नसती, तर तुला 'पतितांना पावन करणारा' (पतित-पावन) हे थोर नाव कसे मिळाले असते?

सम दल समझावै: संत रविदास परमेश्वराकडे अशी बुद्धी मागत आहेत, ज्यामुळे त्यांना संपूर्ण सृष्टीमध्ये एकाच परमात्म्याचा वास दिसेल (समभाव प्राप्त होईल).

तू (ईश्वर) आणि मी (जीव) यांच्यात काही अंतर नाही; जसे सोने आणि त्यापासून बनलेली कटिका (बांगडी) किंवा पाणी आणि त्यातील लाटा एकच असतात. गुरू रविदासजी म्हणतात की, जर मी पाप करत नसतो, हे अनंत प्रभू, तर तुझे नाव पतितपावन (पाप्यांचे उद्धारक) कसे म्हणता आले असते? म्हणजेच, ईश्वराचे नाव पापी जीवांचा उद्धार

करण्यासाठीच आहे. पुढे, ते म्हणतात की, हे अंतर्यामी प्रभू, तूच खरा मालक आहेस. भक्त आणि ईश्वर एकमेकांना ओळखतात; भक्ताला ईश्वरामुळे आणि ईश्वराला भक्तामुळे ओळखले जाते. (२)शेवटी, गुरू रविदासजी प्रार्थना करतात की, मला माझ्या शरीराद्वारे तुझी उपासना करण्याची शक्ती दे आणि मला समजावणारा कोणी आहे का, जो सर्व जीवांमध्ये समानता पाहण्याची दृष्टी देईल. ईश्वर आणि जीव यांच्यात मूलतः काही अंतर नाही, जसे सोने आणि लाटा एकच असतात. ईश्वराचे नाव पाप्यांचा उद्धार करते, आणि खरी भक्ती ही ईश्वराशी एकरूप होण्यात आहे. ते सर्व जीवांमध्ये समानता पाहण्याची आणि उपासना करण्याची प्रेरणा मागतात.

7.तुम चंदन हम इरंड बापुरे संगि तुमारे बासा

तू चंदन मी एरंड बापुडे, संगती तुझी लाभली,
हीन वृक्षाही उच्चता मिळाली, सुगंधे काया न्हाहली ॥१
माधवा, सत्संगाची शरण तुझी रे, (ध्रुवपद)
आम्ही अवगुणी, तू उपकारी रे, माधवा... ॥
तू रेशीम शुभ्र अन पीतवर्णी, आम्ही जणू रेशीम किडे,
सत्संगात असे मिळून राहू, जशी मधमाशी मधाकडे ॥२॥
जात हीन अन कुळही हीन, हीन जन्म हा आमुचा,
राजा रामाची सेवा न केली, म्हणे रविदास चामार तुझा ॥३॥

तुम चंदन हम इरंड बापुरे संगि तुमारे बासा ॥
नीच रूख ते ऊच भए है गंध सुगंध निवासा ॥1॥
माधउ सतसंगति सरनि तुम्हारी ॥
हम अउगन तुम्ह उपकारी ॥1॥
तुम मखतूल सुपेद सपीअल हम बपुरे जस कीरा ॥
सतसंगति मिलि रहीऐ माधउ जैसे मधुप मखीरा ॥2॥
जाती ओछा पाती ओछा ओछा जनमु हमारा ॥
राजा राम की सेव न कीनी कहि रविदास चमारा ॥3॥

लय आणि ताल: हे भजन तुम्ही मूळ 'कहरुवा' (८ मात्रा) किंवा भजनाच्या संथ लयीत गाऊ शकता.**'माधवा...' (रहाउ/ध्रुवपद)**: मूळ भजनात जसे 'रहाउ' (स्थायी/टेक) मुख्य असते, तसेच मराठीत "माधवा, सत्संगाची शरण तुझी रे..." ही ओळ प्रत्येक कडव्यानंतर ध्रुवपद म्हणून आळवावी. तू (ईश्वर) चंदनासारखा सुगंधी आहेस, तर मी तुच्छ इरंड (रेंडी) आहे, पण तुझ्या सहवासात राहून माझे जीवन सुगंधित झाले आहे. नीच वृक्ष (इरंड) तुझ्या संगतीने उंच आणि सुगंधी बनला आहे. (१)रहाउ भागात रविदासजी म्हणतात, हे माधव, मी तुझ्या सत्संगाच्या शरणात आहे. मी अनेक दोषांनी युक्त आहे, पण तू माझ्यावर उपकार करणारा आहेस. (रहाउ)पुढे, ते म्हणतात की, तू (ईश्वर) मखमली फुलासारखा सुंदर आणि शुद्ध आहेस, तर मी तुच्छ

किड्यासारखा आहे. पण सत्संगात राहून, जसे मधमाशी मधात रमते, तसे मी तुझ्यात रमतो. (२)शेवटी, गुरू रविदासजी आपली नीच अवस्था कबूल करतात: माझी जात, पात आणि जन्म नीच आहे. ते स्वतःला चमार म्हणतात आणि म्हणतात की, त्यांनी राजा रामाची (ईश्वराची) सेवा केली नाही, पण तरीही ते त्याच्या कृपेवर अवलंबून आहेत. (३)सारांश: रविदासजी आपली नीच अवस्था आणि दोष कबूल करतात, पण ईश्वराच्या सत्संगामुळे त्यांचे जीवन सुगंधित आणि अर्थपूर्ण बनते. ते स्वतःला तुच्छ मानतात, पण ईश्वराच्या कृपेने आणि सत्संगाने ते उन्नत होतात.

8.घट अवघट डूगर घणा इकु निरगुणु बैलु हमार

घाट अवघड, डोंगर खूप अन् हा जीव-बैल आमुचा,
रामापाशी एकच विनती, सांभाळ भांडवल देवा ॥१॥
आहे का कुणी राम-वणजारी? तांडा माझा चालला, (ध्रुवपद)
मी वणजारी त्या रामाचा, सहज व्यापार मांडिला,
मी लादले रामनाम-धन, जगाने विष हे लादले ॥२॥
इह-परलोकीच्या कर-वसूलीवाल्यांनो, काय ते लिहून घ्या फुका,
मजला न लागे यमदंड आता, सोडून दिले सर्व जंजाळा ॥३॥
जसा रंग त्या कुसुंब्याचा, तसा हा पसारा संसाराचा,

माझ्या रामाचा रंग मंजिष्ठा, म्हणे रविदास चामार तुझा ॥४॥

घट अवघट डूगर घणा इकु निरगुणु बैलु हमार ॥
रमईए सिउ इक बेनती मेरी पूंजी राखु मुरारि ॥1॥
को बनजारो राम को मेरा टांडा लादिआ जाइ रे ॥
हउ बनजारो राम को सहज करउ ब्यापारु ॥
मै राम नाम धनु लादिआ बिखु लादी संसारि ॥2॥
उरवार पार के दानीआ लिखि लेहु आल पतालु ॥
मोहि जम डंडु न लागई तजीले सरब जंजाल ॥3॥
जैसा रंगु कसुमभ का तैसा इहु संसारु ॥
मेरे रमईए रंगु मजीठ का कहु रविदास चमार ॥4॥

हे 'आसा राग' मधील भजन अध्यात्मिक रूपकांनी नटलेले आहे. यात संसाराला एका कठीण प्रवासाची आणि देवाच्या भक्तीला व्यापाराची उपमा दिली आहे. मूळ भजनाच्याच चालीत, लयीत आणि अगदी सहजतेने गाता येईल. गुरू रविदासजी जीवनाला एका व्यापारी प्रवासाशी तुलना करतात आणि ईश्वराच्या नावाचे महत्त्व अधोरेखित करतात. ते म्हणतात की, माझे हृदय हे अवघड डोंगरासारखे आहे आणि मी एक निरगुण (गुणहीन) बैल आहे. हे मुरारी (ईश्वर), मी तुझ्याकडे एकच विनंती करतो की, माझी पूंजी (नाम-भक्ती)

तू राख. (१)रहाउ भागात गुरू रविदासजी विचारतात, कोणता व्यापारी माझा टांडा (जीवनाचा माल) रामाच्या (ईश्वराच्या) नावाने लादून जाईल? म्हणजेच, कोण मला ईश्वराच्या मार्गावर नेईल? (रहाउ)पुढे, ते म्हणतात की, मी रामाचा व्यापारी आहे आणि सहजपणे (निस्वार्थपणे) व्यापार करतो. मी रामाच्या नावाचे धन लादले आहे, तर संसारातील विष (माया) मी इतरांसाठी सोडले आहे. (२)ते प्रार्थना करतात की, हे दानी ईश्वर, जो उरवार (या किनाऱ्यापासून) पार (परलोकापर्यंत) नेतात, माझ्या कर्मांचा लेखा ठेव आणि मला यमाचे दंड (मृत्यूचे भय) लागू न दे. मी सर्व सांसारिक जंजाळ सोडले आहे. (३)शेवटी, रविदासजी म्हणतात की, हे संसार कुसुंबाच्या रंगासारखे (नश्वर आणि तात्पुरते) आहे. पण माझा रंग (जीवन) हा मजीठासारखा (स्थायी आणि शुद्ध) आहे, कारण मी रामाच्या भक्तीत रंगलो आहे, असे चमार गुरू रविदास सांगतात.

9.कूपु भरिओ जैसे दादिरा कछु देसु बिदेसु न बूझ ॥

बेडूक जसा त्या विहिरीमधला, देश-विदेश काही जाणेना,
तसे माझे मन विषयात गुंतले, अल्याड-पल्याड काही सुचेना
॥१॥
सकळ भुवनांच्या माझ्या नायका, (ध्रुवपद)
एक क्षण तरी दर्शन दाखव रे, देवा... ॥
मती ही मलीन झाली माधवा, तुझी गती मज आकळेना,
कृपा करी आता भ्रम हा तुटावा, सुमती दे मज समजावण्या
॥२॥
थोर जोगीश्वरही पावती न अंत, अथांग तुझे गुण गाताना,
केवळ प्रेमभक्तीच्या कारणाने, म्हणे रविदास चामार तुझा
॥३॥

कूपु भरिओ जैसे दादिरा कछु देसु बिदेसु न बूझ ॥
ऐसे मेरा मनु बिखिआ बिमोहिआ कछु आरा पारु न सूझ
॥1॥
सगल भवन के नाइका इकु छिनु दरसु दिखाइ जी ॥1॥
मलिन भई मति माधवा तेरी गति लखी न जाइ ॥
करहु क्रिपा भ्रमु चूकई मै सुमति देहु समझाइ ॥2॥
जोगीसर पावहि नही तुअ गुण कथनु अपार ॥
प्रेम भगति कै कारणै कहु रविदास चमार ॥3॥

'राग गउड़ी' मधील भजन आत्मनिवेदन आणि शरणागतीचा एक उत्कृष्ट नमुना आहे. यात त्यांनी संसारी जीवाची

तुलना विहिरीतील बेडकाशी केली आहे, ज्याला या मर्यादित जगापलीकडे काहीच दिसत नाही. गुरू रविदासजी आपल्या मनाच्या मायेतील भटकंती आणि ईश्वराच्या कृपेची आकांक्षा व्यक्त करतात. ते म्हणतात की, जसे बेडूक विहिरीत राहतो आणि त्याला देश-विदेशातील काहीही समजत नाही, तसेच माझे मन मायेच्या (संसाराच्या) विषात बुडाले आहे आणि त्याला किनारा किंवा पार काही दिसत नाही. (१)रहाउ भागात ते प्रार्थना करतात, हे सर्व विश्वाचे नायक, मला एका क्षणासाठी का होईना तुझे दर्शन घडव. पुढे, गुरू रविदासजी म्हणतात की, हे माधव, माझी बुद्धी मलिन (अज्ञानाने भरलेली) झाली आहे, आणि तुझी गती (महिमा) मला समजत नाही. माझ्यावर कृपा कर, माझा भ्रम दूर कर आणि मला सन्मति (सद्बुद्धी) देऊन मार्ग दाखव. (२)शेवटी, ते म्हणतात की, जोगी आणि सर (महान संत) देखील तुझ्या अपार गुणांचे वर्णन करू शकत नाहीत. गुरू रविदास चमार म्हणतात की, मी फक्त तुझ्या प्रेम-भक्तीच्या कारणासाठी तुझी स्तुती करतो. (३)

10. सतजुगि सतु तेता जगी दुआपरि पूजाचार

सत्ययुगी सत्य, त्रेतेत यज्ञ, द्वापारी पूजाचार,
तिन्ही युगी हे तिन्ही दृढ, कलीत केवळ नाम-आधार ॥१॥
पैलतीरी कसे जाऊं रे? (ध्रुवपद)
मज कोणी न सांगे समजावून,

ज्याने जन्म-मरण हे मिटून जाई... ॥
नाना विधींनी धर्म सांगती, करिती सर्वही लोक,
कोणत्या कर्माने सुटका व्हावी, साधे सिद्धी चोख? ॥२॥
कर्म-अकर्म विचार करिता, शंका देती वेद-पुराण,
संशय सदा अंतरी वसतो, कोण हरी अभिमान? ॥३॥
बाह्य शरीरा जला सुधारी, अंतरी विकार अनेक,
कशी लाभेल शुद्धता सांगा? हा तर हत्तीचा स्नान-विवेक*
॥४॥
(टीप: हत्ती आंघोळ करून पुन्हा अंगावर माती उडवतो, तसे हे कर्मकांड आहे)
सूर्य उजळता रात्र संपावी, जाणे हा संसार,
पारस स्पर्शे तांबे सोने, होता लागे न वार ॥५॥
परम पारस गुरु भेटती जेव्हा, पूर्वललाटीचे भाग्य उजळे,
उन्मन मन त्या मनात मिळे, वज्र-कवाडे सुटून गळे ॥६॥
भक्ती युक्तीने मती सत्य झाली, भ्रम-बंधन आणि तुटले विकार,
तोच रसरूप मनात मिळाला, सगुण-निर्गुण एक विचार ॥७॥
अनेक यत्न अन् निग्रह केले, टळली न तरी भ्रमाची फास,
प्रेमभक्ती जर अंतरी न प्रगटे, म्हणूनच रविदास हा उदास
॥८॥

सतजुगि सतु तेता जगी दुआपरि पूजाचार ॥
तीनौ जुग तीनौ दिड़े कलि केवल नाम अधार ॥1॥
पारु कैसे पाइबो रे ॥

मो सउ कोऊ न कहै समझाइ ॥
जा ते आवा गवनु बिलाइ ॥1॥ रहाउ ॥
बहु बिधि धरम निरूपीऐ करता दीसै सभ लोइ ॥
कवन करम ते छूटीऐ जिह साधे सभ सिधि होइ ॥2॥
करम अकरम बीचारीऐ संका सुनि बेद पुरान ॥
संसा सद हिरदै बसै कउनु हिरै अभिमानु ॥3॥
बाहरु उदकि पखारीऐ घट भीतरि बिबिधि बिकार ॥
सुध कवन पर होइबो सुच कुंचर बिधि बिउहार ॥4॥
रवि प्रगास रजनी जथा गति जानत सभ संसार ॥
पारस मानो ताबो छुए कनक होत नही बार ॥5॥
परम परस गुरु भेटीऐ पूरब लिखत लिलाट ॥
उनमन मन मन ही मिले छुटकत बजर कपाट ॥6॥
भगति जुगति मति सति करी भ्रम बंधन काटि बिकार ॥
सोई बसि रसि मन मिले गुन निरगुन एक बिचार ॥7॥
अनिक जतन निग्रह कीए टारी न टरै भ्रम फास ॥
प्रेम भगति नही ऊपजै ता ते रविदास उदास ॥8॥

सतयुगात सत्य, त्रेतायुगात यज्ञ आणि द्वापारयुगात पूजा-अर्चना होती, पण या तिन्ही युगांमध्येही काही ना काही कमतरता होती. कलियुगात मात्र फक्त ईश्वराचे नाव हाच खरा आधार आहे. (१)रहाउ भागात ते विचारतात, मी संसाराच्या पार कसा जाऊ? कोणी मला समजावणारा नाही, जो मला जन्म-मृत्यूच्या चक्रातून मुक्त करेल. (रहाउ)पुढे, ते म्हणतात की, अनेक धर्मांचे प्रकार सांगितले जातात आणि सर्वजण कर्ता (ईश्वर) सर्वत्र पाहतात. पण कोणता कर्म आहे

जो सर्व सिद्धी देतो आणि संसारातून मुक्त करतो? (२) कर्म आणि अकर्म यांच्याबद्दल विचार केला जातो; वेद आणि पुराण ऐकूनही संशय निर्माण होतात. हृदयात संशय आणि अभिमान कसा दूर होईल? (३)ते पुढे सांगतात की, बाहेरून पाण्याने स्नान केले तरी हृदयातील विविध विकार (दोष) दूर होत नाहीत. जसे कुंचर (हत्ती) स्नान करूनही पुन्हा मातीत लोळतो, तसे मानवाचे आहे. (४) जसे सूर्याच्या प्रकाशात रात्र नाहीशी होते, तसे सत्य सर्वांना माहीत आहे, पण पारस (स्पर्शमणी) असूनही सोने पुन्हा पुन्हा तयार होत नाही (म्हणजेच खरी भक्ती सतत टिकत नाही). (५)खरी मुक्ती ही गुरूच्या भेटीने आणि पूर्वजन्मीच्या लेखाद्वारे मिळते. जेव्हा मन ईश्वरात रमते, तेव्हा हृदयाचे कवाड उघडतात आणि मुक्ती मिळते. (६) भक्ती, योग्य मार्ग आणि सत्य बुद्धीने भ्रम आणि विकारांचे बंधन तोडले जाते. जेव्हा मन ईश्वराच्या गुण आणि निर्गुण स्वरूपात एकरूप होते, तेव्हा खरा आनंद मिळतो. (७) अनेक प्रयत्न आणि संयम केले तरी भ्रमाचा पाश दूर होत नाही. जोपर्यंत प्रेम आणि भक्ती निर्माण होत नाही, तोपर्यंत रविदास उदास राहतात. (८)

11.म्रिग मीन भ्रिंग पतंग कुंचर एक दोख बिनास

हरिण, मासा, भ्रमर, पतंग, हत्ती, एका दोषाने मरती,
पाचही असाध्य दोष ज्यात, सांगा त्याची काय गती? ॥१॥
माधवा, अज्ञानाशी नाते जडले, (ध्रुवपद)

विवेक-दीपक हा मलीन झाले, देवा... ॥
पशु-पक्षी योनी अजाण असती, पुण्य-पापाचा विचार नाही,
मनुष्य जन्म हा दुर्लभ मोठा, परी नीच संगतीत व्यर्थ जाई ॥२॥
जीव-जंतू हे जेथे जेथे, कर्माच्या पाशामध्ये जाती,
काळ-फास हा सुटेना असा, उपाय काही चालेना पुढती ॥३॥
दास रविदास उदास म्हणे, सोड भ्रम अन् गुरुज्ञानाचे तप करी,
भक्तजनांचे भय हरणाऱ्या, परमानंदा, अंतकाळी मज तारी ॥४॥

म्रिग मीन भ्रिंग पतंग कुंचर एक दोख बिनास ॥
पंच दोख असाध जा महि ता की केतक आस ॥1॥
माधो अबिदिआ हित कीन ॥
बिबेक दीप मलीन ॥1॥ रहाउ ॥
त्रिगद जोनि अचेत स्मभव पुंन पाप असोच ॥
मानुखा अवतार दुलभ तिही संगति पोच ॥2॥
जीअ जंत जहा जहा लगु करम के बसि जाइ ॥
काल फास अबध लागे कछु न चलै उपाइ ॥3॥
रविदास दास उदास तजु भ्रमु तपन तपु गुर गिआन ॥
भगत जन भै हरन परमानंद करहु निदान ॥4॥

प्राण्यांच्या एक-एका दोषामुळे त्यांचा नाश होतो, तर मानवात पाच दोष असतात, तरी त्यांची आशा काय? ते सांगतात की, अज्ञानी माणसांसाठी मार्गदर्शन केले आहे, पण विवेकाचा दीप मलिन झाला आहे. सर्व लोकातील जीव भ्रमात अडकलेले आहेत, पुण्य-पापाच्या संकल्पनेत गुंतलेले आहेत. मानवजन्म दुर्लभ आहे, त्यातही सत्संगती मिळणे अधिक दुर्लभ आहे. कर्माच्या बंधात अडकलेल्या जीवांसाठी काळाचा फंदा टळत नाही. रविदास दास उदास मनुष्यांना सांगतात की, भ्रम सोडून गुरूच्या ज्ञानाने तप करा, भगतजनांचे भय हरणारा परमानंद प्राप्त करा.

12. संत तुझी तनु संगति प्रान

संत हीच माझी तनु, संगती अन प्राण,
सद्गुरुज्ञानाने जाणे, संतचि देव महान ॥१॥
संतांची मज लाभो संगती, संतकथा-रस गोड, (ध्रुवपद)
संतांचे ते प्रेम मज द्यावे, देवा देवा हीच ओढ ॥
संतांचेची आचरण, संतांचा तो मार्ग,
संतांची मी सेवा करीन, हाचि माझा स्वर्ग ॥२॥
आणखी एक मागतो देवा, भक्ती चिंतामणी,
दाखवू नको मज कधीच, असंत-पापी जणी ॥३॥
रविदास म्हणे जो जाणे, तोच खरा सुजाण,
संत आणि अनंतात, नाही भेद जाण ॥४॥

संत तुझी तनु संगति प्रान ॥
सतिगुर गिआन जानै संत देवा देव ॥1॥
संत ची संगति संत कथा रसु ॥
संत प्रेम माझै दीजै देवा देव ॥1 ॥
संत आचरण संत चो मारगु संत च ओल्हग ओल्हगणी ॥2॥
अउर इक मागउ भगति चिंतामणि ॥
जणी लखावहु असंत पापी सणि ॥3॥
रविदासु भणै जो जाणै सो जाणु ॥
संत अनंतहि अंतरु नाही ॥4॥

हे 'राग सोरठि' मधील भजन संतांच्या संगतीचे महात्म्य आणि त्यांचे ईश्वराशी असलेले अद्‌वैत रूप अत्यंत सुंदरतेने मांडते. या भजनात ते संतांची संगती आणि त्यांची भक्ती यालाच आपले सर्वस्व मानतात. संतांची संगती आणि त्यांच्या कथांचा रस महत्वाचा आहे.ते देवांकडे संतांच्या प्रेमाची प्रार्थना करतात आणि संतांचा आचार, त्यांचा मार्ग, आणि त्यांचे वर्तन यांची महत्ता व्यक्त करतात.त्यांची एकमेव इच्छा आहे भगती, जी चिंतामणीसारखी सर्व इच्छा पूर्ण करणारी आहे.ते देवांकडे विनवणी करतात की, ते त्यांना असंत आणि पापी यांच्याशी कसे वागावे हे दाखववावे. जो जाणे तो जाणू, पण संत आणि अनंत देव यांच्यात कोणताही फरक नाही.

13. *कहा भइओ जउ तनु भइओ छिनु छिनु*

काय जाहले जर हे शरीर झिजले कण-कण?
प्रेम तुटले तरचि घाबरे तुझा हा रे जन ॥१॥
प्यास भागवून पावलों मी रामनाम धन, देवा... ॥
संपत्ती-विपत्ती अन हे मायेचे पडदे-धन,
यात कधीही मग्न होत नाही तुझा हा जन ॥२॥
प्रेमाच्या या दोरीने बांधला तुझा दास,
रविदास म्हणे सुटणे आता कोणत्या गुणास? ॥३॥

कहा भइओ जउ तनु भइओ छिनु छिनु ॥
प्रेमु जाइ तउ डरपै तेरो जनु ॥1॥
तुझहि चरन अरबिंद भवन मनु ॥
पान करत पाइओ पाइओ रामईआ धनु ॥1॥ रहाउ ॥
स्मपति बिपति पटल माइआ धनु ॥
ता महि मगन होत न तेरो जनु ॥2॥
प्रेम की जेवरी बाधिओ तेरो जन ॥
कहि रविदास छूटिबो कवन गुन ॥3॥

'राग सोरठि' मधील भजन अनन्य भक्ती आणि प्रेमाचे एक नितांत सुंदर उदाहरण आहे. यात ते म्हणतात की, शरीर जरी झिजले तरी चालेल, पण मनातील ईश्वराचे प्रेम कमी होता कामा नये.

देवावर मनन आणि प्रेमाद्‌वारे माणसाला मोक्ष मिळू शकतो आणि तो लौकिक गोष्टींशी (संपत्ती, संकटे) अडकलेला राहत नाही. भक्त देवाच्या प्रेमाने बांधलेला असतो आणि त्यापासून सुटका करण्यात कोणताही फायदा नसल्याचं रविदास सांगतात. "देवावर मनन आणि प्रेम करून, माणसाला मोक्ष मिळू शकतो आणि तो लौकिक गोष्टींशी असलेल्या अडथळ्यांशी अडकलेला राहत नाही. भक्त देवाच्या प्रेमाने बांधलेला असतो आणि त्याला त्यापासून सुटका करण्यात कोणता फायदा दिसत नाही."

14. हरि हरि हरि हरि हरि हरि हरे

हरी हरी हरी हरी हरी हरी हरे,
हरी स्मरता जन पैलतीरी उतरले-तरले ॥ (ध्रुवपद)
हरी हरी हरी हरी...
हरीच्या नावाने कबीर झाले उज्ज्वल,
जन्म-जन्मांचे फाडून टाकले कागद (कर्म-हिशोब) ॥१॥

भक्तीपोटी नामदेवाने दूध पाजिले हरीला,
पुन्हा ना आला तो जग-जन्म संकटाला ॥२॥
दास रविदास राम-रंगात रंगला,
असा गुरुप्रसादे नरक चुकला तयाला ॥३॥

हरि हरि हरि हरि हरि हरि हरे ॥
हरि सिमरत जन गए निसतरि तरे ॥1॥ रहाउ ॥
हरि के नाम कबीर उजागर ॥
जनम जनम के काटे कागर ॥1॥
निमत नामदेउ दूधु पीआइआ ॥
तउ जग जनम संकट नही आइआ ॥2॥
जन रविदास राम रंगि राता ॥
इउ गुर परसादि नरक नही जाता ॥3॥

हे 'राग आसा' मधील भजन नामस्मरणाची ताकद आणि संतांच्या भक्तीचा महिमा सांगणारे आहे. यात त्यांनी स्वतः आधी होऊन गेलेल्या संत कबीर आणि संत नामदेवांच्या भक्तीची

या भजनात "हरी हरी हरी हरी हरी हरी हरे..." ही ओळ मुख्य ध्रुवपद (रहाउ) आहे. गाताना प्रत्येक कडव्यानंतर या ओळीची आवर्तने अतिशय गोड आणि भक्तीभावाने घ्यावीत, जेणेकरून मूळ भजनाचा आनंद मराठीतही हुबेहूब मिळेल. भक्ति आणि ईश्वर नामाच्या जपामुळे आध्यात्मिक

मुक्ती प्राप्त करण्यावर भर देतो. संतांचे उदाहरण देऊन, तो दर्शवितो की गुरूंची कृपा आणि भक्तीमुळे मनुष्य संसाराच्या बंधनातून मुक्त होऊ शकतो.

15. जब हम होते तब तू नाही अब तूही मै नाही

मी होतो तेव्हा तू नव्हतास, आता तूच आहेस, मी नाही,
अथांग लाटा जशा सागराच्या, जल केवळ त्या जलामध्येही ॥१॥
माधवा, काय सांगू भ्रम हा असा, (ध्रुवपद)
जसे मानतो, तसे काही नसतो, देवा... ॥
एक राजा सिंहासनी निजला, स्वप्नी जाहला तो भिकारी,
राज्य असूनही विरहाने दुःखी, तीच गती रे झाली आमुची ॥२॥
दोरीला साप समजण्यासारखे*, आता कुठे हे मर्म कळाले,
अनेक कंकण जसे सोन्याचे, आता ते सांगणे संपून गेले ॥३॥
सर्वांत एक, अनेकांत स्वामी, प्रत्येक घटी तोच विरे,
रविदास म्हणे, तो हातापेक्षा जवळी, सहजची सर्व काही घडे ॥४॥

जब हम होते तब तू नाही अब तूही मै नाही ॥
अनल अगम जैसे लहरि मइ ओदधि जल केवल जल मांही ॥1॥
माधवे किआ कहीऐ भ्रमु ऐसा ॥
जैसा मानीऐ होइ न तैसा ॥1 ॥
नरपति एकु सिंघासनि सोइआ सुपने भइआ भिखारी ॥
अछत राज बिछुरत दुखु पाइआ सो गति भई हमारी ॥2॥
राज भुइअंग प्रसंग जैसे हहि अब कछु मरमु जनाइआ ॥
अनिक कटक जैसे भूलि परे अब कहते कहनु न आइआ ॥3॥
सरबे एकु अनेकै सुआमी सभ घट भुगवै सोई ॥
कहि रविदास हाथ पै नेरै सहजे होइ सु होई ॥4॥

हे 'राग सोरठि' मधील भजन अद्‌वैत वेदांताचे (जीव आणि ब्रह्माचे एकत्व) एक अत्यंत श्रेष्ठ उदाहरण आहे. यात त्यांनी 'मी' आणि 'तू' (अहंकार आणि ईश्वर) यातील भेद कसा आभासी आहे, हे राजा आणि स्वप्नातील भिकारी तसेच दोरी आणि सापाच्या रूपकातून सुंदररीत्या स्पष्ट केले आहे. या भजनामध्ये "माधवा, काय सांगू भ्रम हा असा, जसे मानतो, तसे काही नसतो..." ही ओळ मूळ भजनाचे 'रहाउ' (ध्रुवपद) आहे. गाताना प्रत्येक कडव्यानंतर या ओळीला अतिशय शांत, गंभीर आणि चिंतनशील सुरात आळवावे, ज्यामुळे या भजनातील तत्त्वज्ञान थेट मनाला भिडेल. मायेची क्षणभंगुरता आणि परमात्म्याच्या सर्वव्यापी सत्याचा बोध दिला आहे. पहिल्या ओळीत म्हणतात, जेव्हा मी होतो तेव्हा

तू (परमात्मा) नव्हता, आता तू आहेस आणि मी नाही, म्हणजेच आत्म्याचा लय परमात्म्यात होतो. जसे समुद्रातील लाटा आणि पाणी एकच असतात, तसे आत्मा आणि परमात्मा एकरूप आहेत.पहिल्या चरणात मायेचा भ्रम स्पष्ट केला आहे. माणूस जे खरे मानतो, ते खरे नसते. मायेचा भ्रम असा आहे की, जे दिसते ते सत्य नाही. दुसऱ्या चरणात राजा आणि भिकाऱ्याच्या स्वप्नातील उदाहरणाने सांगितले आहे की, सांसारिक वैभव क्षणभंगुर आहे. राजा स्वप्नात भिकारी होतो आणि सुख-दु:ख हे स्वप्नासारखे तात्पुरते आहे.तिसऱ्या चरणात साप आणि दोरीच्या दृष्टांताने मायेचा भ्रम आणि सत्याचा उलगडा केला आहे. जसे अंधारात दोरीला साप समजले जाते, तसे मायेच्या अज्ञानामुळे खरे सत्य दिसत नाही. सर्व काही एक परमात्माच आहे, जो प्रत्येक हृदयात आहे आणि सर्व काही त्याच्याच इच्छेने घडते. सहज अवस्थेत परमात्म्याशी एकरूप झाल्यावर सत्याचा अनुभव होतो.

16. जउ हम बांधे मोह फास हम प्रेम बधनि तुम बाधे

आम्ही बांधलो मोह-फासात, तुला प्रेमात आम्ही बांधले,

स्वतः सुटण्याचा यत्न करी आता, आम्ही तुटलो तुज आराधुनी ॥१॥
माधवा, जाणसी भक्ती आमुची जशी तशी, (ध्रुवपद)
आता काय करशील तू अशी, देवा... ॥
मासा धरूनी कापिला-तळिला, रांधिला नाना रीतीने,
तुकडे तुकडे करून खाल्ला, तरी पाणी न विसरला तो जिवाने॥२॥
कुणाच्या बापाचा नाही हा हरी, हा तर भाव-भक्तीचा राजा,
मोह-पडदा हा जगी पसरला, परी भक्त न पावे संतापा ॥३॥
रविदास म्हणे भक्ती ही वाढली, आता कुणास हे सांगावे?
ज्या कारणाने तुज आराधले, ते दुःख कशाला सोसावे? ॥४॥

जउ हम बांधे मोह फास हम प्रेम बधनि तुम बाधे ॥
अपने छूटन को जतनु करहु हम छूटे तुम आराधे ॥1॥
माधवे जानत हहु जैसी तैसी ॥
अब कहा करहुगे ऐसी ॥1॥ रहाउ ॥
मीनु पकरि फांकिओ अरु काटिओ रांधि कीओ बहु बानी ॥
खंड खंड करि भोजनु कीनो तऊ न बिसरिओ पानी ॥2॥
आपन बापै नाही किसी को भावन को हरि राजा ॥
मोह पटल सभु जगतु बिआपिओ भगत नही संतापा ॥3॥
कहि रविदास भगति इक बाढी अब इह का सिउ कहीऐ ॥
जा कारनि हम तुम आराधे सो दुखु अजहू सहीऐ ॥4॥

हे 'राग सोरठि' मधील भजन अतिशय सुंदर, गोड आणि देवाशी हक्काने भांडणाऱ्या एका अनन्य भक्ताचा 'मधुर भाव' (प्रेम-कलह) व्यक्त करते. यात ते देवाला म्हणतात की, जर आम्ही मोहाच्या पाशात बांधले गेलो आहोत, तर आम्हीही तुला आमच्या प्रेमाच्या दोरीने बांधून ठेवले आहे!

या भजनामध्ये **"माधवा, जाणसी भक्ती आमुची जशी तशी, आता काय करशील तू अशी..."** हे मुख्य ध्रुवपद (रहाउ) आहे. गाताना दुसऱ्या कडव्यातील 'माशाचे रूपक' (मीनु पकरि...) अतिशय आर्ततेने आळवावे, ज्यामुळे गाण्याचा गोडवा अधिक वाढेल. जर मी मायेच्या मोहाच्या जाळ्यात बांधला गेलो, तर तुम्ही (परमात्मा) प्रेमाच्या बंधनात बांधले गेले आहात. तुम्ही स्वतःच्या मुक्तीचा प्रयत्न करा, तर मी तुमचे भक्तीने स्मरण करून मुक्त होतो.रहाउ चरणात परमात्म्याला उद्देशून म्हटले आहे की, तुम्हाला माझी अवस्था माहीत आहे, आता तुम्ही काय कराल? दुसऱ्या चरणात माशाच्या उदाहरणाने मायेचे स्वरूप स्पष्ट केले आहे. मासा पकडला, कापला, शिजवला आणि खाल्ला, तरी त्याचे मूळ पाण्यातच आहे. त्याप्रमाणे, माणूस कितीही सांसारिक कृती करो, त्याचे मूळ परमात्म्यातच आहे.तिसऱ्या चरणात सांगितले आहे की, कोणालाही सांसारिक बाप किंवा मालक आवडत नाही, फक्त परमात्मा सर्वांचा राजा आहे. मायेच्या मोहाने संपूर्ण जग बांधले गेले आहे, पण भक्तांना याचा संताप होत नाही, कारण ते परमात्म्याच्या प्रेमात रमलेले असतात. चौथ्या चरणात रविदासजी म्हणतात, भक्ती ही एकमेव शक्ती आहे जी मुक्ती देते. ज्या दुखामुळे मी तुम्हाला (परमात्म्याला) भजतो, ते दुख अजूनही सहन करावे लागते, पण भक्तीमुळे त्याचा प्रभाव कमी होतो.

17. दुलभ जनमु पुंन फल पाइओ बिरथा जात अबिबेकै

दुर्लभ जन्म हा पुण्यफळाने लाभला, परी अज्ञानाने व्यर्थचि चालला,
राजा इंद्रासमान जरी घर-आसन, हरीभक्तीविना सांगा ते कोणत्या मोला? ॥१॥
कधी चाखला नाही राजा रामाचा तो रस, (ध्रुवपद)
ज्या रसापुढे फिके पडती इतर सर्व रस, देवा... ॥
जाणूने अजाण झालो आम्ही वेडे, विचारा-अविचारात दिवस हे सरती,
इंद्रिये सबळ झाली, निबळ विवेक-बुद्धी, परमार्थात प्रवेश मिळेना कशानेही ॥२॥
सांगतो काही आणखी, आचरतो भलतेच काही, समजेना आम्हा ही अथांग माया,
रविदास म्हणे उदास दास मती माझी, सोडून कोप आता जीवावर करी दया ॥३॥

दुलभ जनमु पुंन फल पाइओ बिरथा जात अबिबेकै ॥
राजे इंद्र समसरि ग्रिह आसन बिनु हरि भगति कहहु किह लेखै ॥1॥

न बीचारिओ राजा राम को रसु ॥
जिह रस अन रस बीसरि जाही ॥1॥ रहाउ ॥
जानि अजान भए हम बावर सोच असोच दिवस जाही ॥
इंद्री सबल निबल बिबेक बुधि परमारथ परवेस नही ॥2॥
कहीअत आन अचरीअत अन कछु समझ न परै अपर माइआ ॥
कहि रविदास उदास दास मति परहरि कोपु करहु जीअ दइआ ॥3॥

हे 'राग सोरठि' मधील भजन मानवी मनाचे अज्ञान, ढोंगीपणा आणि ईश्वराची करुणा यावर प्रकाश टाकणारे एक अत्यंत सुंदर आत्मपरीक्षण आहे. माणसाची बुद्धी आणि आचरण यात खूप फरक असतो, आणि यातून केवळ ईश्वराची दयाच आपल्याला तारू शकते.

या भजनामध्ये **"कधी चाखला नाही राजा रामाचा तो रस, ज्या रसापुढे फिके पडती इतर सर्व रस..."** हे मुख्य ध्रुवपद (रहाउ) आहे. गाताना या ओळीवर विशेष भर द्यावा, कारण माणसाच्या सर्व ओढी कशा व्यर्थ आहेत आणि रामनामाचा रस कसा श्रेष्ठ आहे, हाच या भजनाचा मुख्य गाभा आहे.

दुर्मीळ मानवी जन्म हा पुण्याचा फल म्हणून मिळाला आहे, परंतु अज्ञानामुळे तो व्यर्थ जात आहे. राजा इंद्रासारखे वैभव आणि सुख मिळाले तरी, हरिभक्तीशिवाय त्याचा काहीच उपयोग नाही.रहाउ चरणात सांगितले आहे की, आपण रामाच्या (परमात्म्याच्या) रसाचा विचार केला नाही. ज्या परमात्म्याच्या रसात रममाण झाल्यावर इतर सर्व रस

(सांसारिक सुख) विसरले जातात, त्या रसाचा अनुभव घेतला नाही. दुसऱ्या चरणात रविदासजी आपली अवस्था व्यक्त करतात की, आपण अज्ञानी आणि मूर्ख झालो आहोत, सतत सांसारिक विचारात दिवस व्यतीत करतो. इंद्रियांचा प्रभाव प्रबळ आहे, पण विवेकबुद्धी कमकुवत आहे, आणि परमात्म्याच्या परमार्थात प्रवेश मिळत नाही.तिसऱ्या चरणात ते म्हणतात, आपण एक बोलतो आणि दुसरे करतो, मायेच्या प्रभावामुळे काहीच समजत नाही. रविदासजी दासाच्या उदास मनाने परमात्म्याला विनंती करतात की, त्यांच्यावरचा राग सोडून दया करावी आणि जीवाला मुक्ती द्यावी.थोडक्यात, हे भजन मानवी जीवनाचे मोल, मायेच्या भ्रमापासून मुक्त होण्याची गरज आणि परमात्म्याच्या भक्तीच्या रसात रममाण होण्याचा संदेश देते.

18. सुख सागरु सुरतर चिंतामनि कामधेनु बसि जा के

सुखसागर, कल्पतरू, चिंतामणी, कामधेनू वसती ज्याच्या पाशी,
चारी पदार्थ, अष्टसिद्धी अन् नवनीधी त्याच्या तळहाताशी ॥१॥
हरी हरी हरी का न जपे रसेना? (ध्रुवपद)
इतर सर्व सोडून दे वचन-रचना, हरी... ॥
नाना कथा, पुराण, वेदविधी, चौतीस अक्षरांच्या ठायी,

व्यासांनी विचारुनी सांगितले परमार्था, रामनामाची सर कशासही नाही ॥२॥
सहज समाधी, उपाधी विरहित, थोर भाग्याने ही देव-ओढ लागली,
रविदास म्हणे प्रकाश धरुनी अंतरी, जन्म-मरणाची भीती पळाली ॥३॥

सुख सागरु सुरतर चिंतामनि कामधेनु बसि जा के ॥
चारि पदार्थ असट दसा सिधि नव निधि कर तल ता के ॥1॥
हरि हरि हरि न जपहि रसना ॥
अवर सभ तिआगि बचन रचना ॥1 ॥
नाना खिआन पुरान बेद बिधि चउतीस अखर मांही ॥
बिआस बिचारि कहिओ परमारथु राम नाम सरि नाही ॥2॥
सहज समाधि उपाधि रहत फुनि बडै भागि लिव लागी ॥
कहि रविदास प्रगासु रिदै धरि जनम मरन भै भागी ॥3॥

हे 'राग सोरठि' मधील भजन नामस्मरणाची महिमा आणि त्याचे श्रेष्ठत्व सांगणारे आहे. या भजनामध्ये "हरी हरी हरी का न जपे रसेना? इतर सर्व सोडून दे वचन-रचना..." हे मुख्य ध्रुवपद (रहाउ) आहे. गाताना प्रत्येक कडव्यानंतर या ध्रुवपदाला अतिशय गोड आणि आर्त सुरात आळवावे, ज्यामुळे नामस्मरणाचा खरा भाव श्रोत्यांपर्यंत

पोहोचेल. ज्याच्या हृदयात परमात्मा वास करतो, त्याच्याकडे कामधेनु (इच्छापूर्ती करणारी गाय), सुखाचे सागर, चिंतामणी (इच्छित फल देणारा रत्न) आणि सर्व सिद्धी व नऊ निधी (आध्यात्मिक आणि सांसारिक संपत्ती) हाताच्या तळव्यावर असतात. म्हणजेच, परमात्म्याच्या भक्तीने सर्व काही प्राप्त होते.रहाउ चरणात सांगितले आहे की, तुझी जीभ हरि-हरि-हरि (परमात्म्याचे नाव) जपत नाही, तर इतर सर्व सांसारिक गोष्टी आणि वचने सोडून फक्त परमात्म्याचे स्मरण कर. दुसऱ्या चरणात ते म्हणतात, नाना प्रकारच्या पुराण, वेद आणि चौतीस अक्षरांच्या विद्या असल्या, तरी व्यासांनी विचार करून सांगितले आहे की, रामनामाला कोणतीही गोष्ट समान नाही. परमात्म्याचे नाव सर्वश्रेष्ठ आहे.तिसऱ्या चरणात रविदासजी म्हणतात, सहज समाधी (स्वाभाविक एकाग्रता) मिळाल्याने सर्व उपाधी (भेद, अहंकार) नाहीशा होतात आणि भाग्याने परमात्म्याशी प्रेमाची लीनता प्राप्त होते. गुरू रविदासजी सांगतात की, हृदयात परमात्म्याचा प्रकाश धारण कर, म्हणजे जन्म-मरणाचा भय नष्ट होईल.

19. जउ तुम गिरिवर तउ हम मोरा

तू जर डोंगर, मी तर मोर रे,
तू जर चंद्र, मी जाहलो चकोर रे ॥१॥
माधवा, तू न तोडिले, तर आम्हीही न तोडू रे, (ध्रुवपद)
तुझ्याशी तोडून, सांगा कुणाशी नाते जोडू रे? हरी... ॥

तू जर दिवा, मी जाहलो वात रे,
तू जर तीर्थ, मी यात्रिक त्या वाटेत रे ॥२॥
सच्ची प्रीती आम्ही तुझ्याशी जोडिली,
तुझ्याशी जोडून, जगाची संगती तोडिली ॥३॥
जेथे जेथे जाऊ, तेथे तुझीच सेवा रे,
तुझ्यासारखा ठाकूर, दुसरा ना देवा रे ॥४॥
तुझ्या भजने तुटे ही यमाची फास रे,
केवळ भक्तीसाठी गातो हा रविदास रे ॥५॥

जउ तुम गिरिवर तउ हम मोरा ॥
जउ तुम चंद तउ हम भए है चकोरा ॥1॥
माधवे तुम न तोरहु तउ हम नही तोरहि ॥
तुम सिउ तोरि कवन सिउ जोरहि ॥1 ॥
जउ तुम दीवरा तउ हम बाती ॥
जउ तुम तीर्थ तउ हम जाती ॥2॥
साची प्रीति हम तुम सिउ जोरी ॥
तुम सिउ जोरि अवर संगि तोरी ॥3॥
जह जह जाउ तहा तेरी सेवा ॥
तुम सो ठाकुरु अउरु न देवा ॥4॥
तुमरे भजन कटहि जम फांसा ॥
भगति हेत गावै रविदासा ॥5॥

हे 'राग सोरठि' मधील भजन ईश्वराशी असलेल्या अनन्य आणि अतूट नात्याचे एक नितांत सुंदर प्रतीक आहे. या भजनामध्ये **"माधवा, तू न तोडिले, तर आम्हीही न तोडू रे, तुझ्याशी तोडून, सांगा कुणाशी नाते जोडू रे?"** हे मुख्य ध्रुवपद (रहाउ) आहे. गाताना प्रत्येक कडव्यानंतर या ध्रुवपदाला अतिशय प्रेमाने आणि हक्काच्या भावाने आळवावे, ज्यामुळे भजनाची मूळ गोडी मराठीत जशीच्या तशी उतरून येईल. जर तुम्ही (परमात्मा) पर्वत असाल, तर मी मोर आहे; जर तुम्ही चंद्र असाल, तर मी चकोर आहे. म्हणजेच, मी तुमच्याशी अविभक्तपणे जोडला गेलो आहे.रहाउ चरणात ते म्हणतात, माधवा, तुम्ही मला सोडले नाही तर मीही तुम्हाला कधीच सोडणार नाही. तुमच्याशी संबंध तोडून मी दुसऱ्याशी कसा जोडला जाईल? दुसऱ्या चरणात रविदासजी म्हणतात, जर तुम्ही दिवा असाल, तर मी त्याची वात आहे; जर तुम्ही तीर्थ असाल, तर मी तीर्थयात्री आहे. यात परमात्म्याशी एकरूपतेचा भाव व्यक्त होतो.तिसऱ्या चरणात ते सांगतात, मी तुमच्याशी सच्च्या प्रीतीने जोडला आहे आणि तुमच्याशी जोडल्यानंतर इतर सर्व संबंध तोडले आहेत. चौथ्या चरणात रविदासजी म्हणतात, मी जिथे जिथे जाईन, तिथे तुमचीच सेवा करीन. तुम्हीच माझे ठाकुर (स्वामी) आहात, दुसरा कोणी देव नाही.पाचव्या चरणात ते सांगतात, तुमच्या भजनाने यमाचे (मृत्यूचे) फास कापले जातात. रविदास भक्तीच्या प्रेमाने हे भजन गातात, ज्यामुळे जन्म-मरणाच्या चक्रापासून मुक्ती मिळते.

20. जल की भीति पवन का थमभा रक्त बुंद का गारा

पाण्याची ही भिंत, खांब हा वायूचा, रक्ताचा हा गारा,
हाड-मास-नसांचा पिंजरा हा, जीव-पाखरू वसते बिचारे ॥१॥
प्राण्या, काय माझे अन काय तुझे रे? (ध्रुवपद)
जसा वृक्षावरती पक्ष्यांचा बसेरा, देवा... ॥
भिंती कितीही सारवल्या, पाया कितीही खणला,
साडेतीन हातांचीच शेवटी तुझी सीमा ॥२॥
कुरळे हे केस अन् पागोटे वाकडे शिरावरी,
हे शरीर शेवटी होणार भस्माचीच ढेरी ॥३॥
उंच हे महाल अन् सुंदर लाभली नारी,
रामनामाविना तू ही जीवनाची बाजी हारली ॥४॥
जात हीन, कुळही हीन, हीन जन्म हा आमुचा,
तुझ्या सरण आलो राजा रामचंद्रा, म्हणे रविदास चामार तुझा ॥५॥

जल की भीति पवन का थमभा रक्त बुंद का गारा ॥
हाड मास नाड़ीं को पिंजरु पंखी बसै बिचारा ॥1॥
प्रानी किआ मेरा किआ तेरा ॥
जैसे तरवर पंखि बसेरा ॥1 ॥
राखहु कंध उसारहु नीवां ॥
साढे तीनि हाथ तेरी सीवां ॥2॥
बंके बाल पाग सिरि डेरी ॥

इहु तनु होइगो भसम की ढेरी ॥3॥
ऊचे मंदर सुंदर नारी ॥
राम नाम बिनु बाजी हारी ॥4॥
मेरी जाति कमीनी पांति कमीनी ओछा जनमु हमारा ॥
तुम सरनागति राजा राम चंद कहि रविदास चमारा ॥5॥

हे 'राग सोरठि' मधील भजन मानवी शरीराची क्षणभंगुरता, संसाराचा अनित्य भाव आणि ईश्वराची अनन्य शरणागती अत्यंत प्रभावीपणे मांडणारे आहे. यात त्यांनी माणसाला त्याच्या अहंकाराची आणि नश्वरतेची जाणीव करून दिली आहे.

या भजनामध्ये "प्राण्या, काय माझे अन काय तुझे रे? जसा वृक्षावरती पक्ष्यांचा बसेरा..." हे मुख्य ध्रुवपद (रहाउ) आहे. गाताना प्रत्येक कडव्यानंतर या ओळीला अतिशय संथ, वैराग्यपूर्ण आणि चिंतनशील सुरात आळवावे, ज्यामुळे या भजनातील तत्त्वज्ञान थेट मनाचा ठाव घेईल. शरीर हे पाण्याच्या भिंती, वायूच्या खांबावर आणि रक्ताच्या बिंदूंनी बनलेले आहे. हाडे, मांस आणि नाड्यांचा पिंजरा आहे, ज्यामध्ये जीव (पंछी) वास करतो. हे प्राण्या, तू "माझे" आणि "तुझे" असे काय म्हणतोस? जसे झाडावर पक्षी तात्पुरता वास करतो, तसे हे शरीरही क्षणभंगुर आहे. दुसऱ्या चरणात शरीराच्या नश्वरतेवर जोर देताना ते म्हणतात, तुम्ही भिंती बांधता आणि पाया खणता, पण शरीराची सीमा फक्त साडेतीन हात आहे, म्हणजेच ते मर्यादित आणि नाशवंत आहे. केस बांधून, पागोटे घालून तुम्ही सजता, पण

हे शरीर शेवटी राखेचा ढीग होणार आहे. उंच महाल आणि सुंदर स्त्रिया असल्या तरी रामनामाशिवाय सर्व काही व्यर्थ आहे, आणि जीवनाची बाजी हरली जाते. गुरू रविदासजी आपली नीच जाती आणि ओळख (चमार) सांगतात.

21. चमरटा गांठि न जनई

चामार मी, गाठ मारता मज येईना,
परी लोक येती मजकडे, पादत्राणे सांधण्या ॥१॥
आरी नाही ज्याने मी टोचू, (ध्रुवपद)
नाही रापी ठाव धरू, देवा... ॥
लोक हे गाठी मारून मारून (संसारात/कर्मकांडात) व्यर्थची संपले,
अन मी तर कोणतीही गाठ न मारता, पैलतीरी पोहोचलो ॥२॥
रविदास जपे केवळ राम नामा,
मजला यमाशी आता, उरले ना काही काम ॥३॥

चमरटा गांठि न जनई ॥
लोगु गठावै पनही ॥1 ॥
आर नही जिह तोपउ ॥
नही रांबी ठाउ रोपउ ॥1॥

लोगु गंठि गंठि खरा बिगूचा ॥
हउ बिनु गांठे जाइ पहूचा ॥2॥
रविदासु जपै राम नामा ॥
मोहि जम सिउ नाही कामा ॥3॥

हे 'राग सुही' मधील भजन अत्यंत क्रांतिकारी, उपरोधिक आणि त्यांच्या आध्यात्मिक उंचीचे दर्शन घडवणारे आहे. यात ते म्हणतात की, लोक मला शारीरिक अर्थाने 'चर्मकार' (चामार) समजतात आणि माझ्याकडे चपला शिवून घ्यायला येतात, पण मला तर खरी चामड्याची गाठ मारताही येत नाही! खरी गाठ मारण्यात (कर्मकांड आणि संसारात) तर उरलेले जग गुंतून संपुष्टात आले आहे, आणि मी मात्र कोणतीही गाठ न मारता (सहज भावाने) देवापर्यंत पोहोचलो आहे.या भजनामध्ये **"आरी नाही ज्याने मी टोचू, नाही रापी ठाव धरू..."** हे मुख्य ध्रुवपद (रहाउ) आहे. गाताना प्रत्येक कडव्यानंतर या ध्रुवपदाला अतिशय सहज, सार्थ आणि थोडे उपरोधिक (पण भक्तीमय) सुरात आळवावे, ज्यामुळे संत रविदास महाराजांचा 'सहज मार्ग' श्रोत्यांच्या मनाला थेट पटेल. रविदास यांच्या या भक्ती रचनेत, भौतिक बंधन आणि मायावी गोष्टींना महत्त्व न देण्याचा संदेश आहे.लोक सांसारिक गोष्टींमध्ये (पैसे, संपत्ती) अडकून त्यांच्या मागे धावतात आणि त्यांना जोडतात, पण रविदास म्हणतात की त्यांना अशा गोष्टींची गरज नाही. ते कोणत्याही बंधनाशिवाय (गांठीशिवाय) थेट परमेश्वरापर्यंत पोहोचतात. ते फक्त रामनामाचा जप करतात आणि यामुळे त्यांना

मृत्यूच्या भीतीशी काहीही घेणेदेणे नाही. थोडक्यात, ही रचना भक्तीच्या मार्गाने मुक्ती आणि ईश्वराशी एकरूप होण्याचा संदेश देते.

22. हम सरि दीनु दइआलु न तुम सरि अब पतीआरु किआ कीजै

मजसम दीन न, दयाळू न तुजसम, आता परीक्षा काय घेसी?
वचनांनी तुझ्या मन माझे माने, दासाला पूर्णत्व देसी ॥१॥
ओवाळून टाकू हा जीव रामावरून, (ध्रुवपद)
कोणत्या कारणाने असा अबोल तू? देवा... ॥
खूप जन्म विरहात गेले माधवा, हा जन्म तुझ्याच लेखी,
रविदास म्हणे या आशेने जगतो, युगे झाली रूप न देखी ॥२॥

हम सरि दीनु दइआलु न तुम सरि अब पतीआरु किआ कीजै ॥
बचनी तोर मोर मनु मानै जन कउ पूरनु दीजै ॥1॥
हउ बलि बलि जाउ रमईआ कारने ॥
कारन कवन अबोल ॥ रहाउ ॥
बहुत जनम बिछुरे थे माधउ इहु जनमु तुम्हारे लेखे ॥
कहि रविदास आस लगि जीवउ चिर भइओ दरसनु देखे ॥2॥

हे 'राग धनासरी' मधील भजन कमालीची आर्तता, प्रेम आणि ईश्वराप्रती संपूर्ण समर्पण व्यक्त करणारे आहे. यात ते देवाला म्हणतात की, "माझ्यासारखा दीन-दुबळा कुणी नाही आणि तुझ्यासारखा दयाळू कुणी नाही; आता आमची आणखी काय परीक्षा घेणार?"

या भजनामध्ये **"ओवाळून टाकू हा जीव रामावरून, कोणत्या कारणाने असा अबोल तू?"** हे मुख्य ध्रुवपद (रहाउ) आहे. गाताना या ओळीतील 'अबोल' (देवाचे गप्प राहणे) हा शब्द अतिशय आर्ततेने आणि लाडिक रागाने आळवावा, ज्यामुळे भजनाचा मूळ भाव जसाच्या तशी प्रकट होईल. परमेश्वर हा सर्वश्रेष्ठ दयाळू आहे आणि त्याच्यासारखा कोणीही नाही. त्यामुळे त्याला इतर कशाचीही गरज नाही. ते प्रार्थना करतात की, त्यांचे मन भगवंताच्या वचनांवर विश्वास ठेवू दे आणि त्यांना परिपूर्ण भक्ती प्राप्त होऊ दे. ते रामाच्या कृपेसाठी स्वतःला समर्पित करतात आणि विचारतात, "हे प्रभू, तुम्ही माझ्याशी का बोलत नाही?"

अनेक जन्मांपासून ते माधवापासून (परमेश्वरापासून) दूर होते, परंतु हा जन्म त्यांनी परमेश्वराच्या नावासाठी समर्पित केला आहे. रविदास म्हणतात की, ते परमेश्वराच्या दर्शनाची आशा ठेवून जगत आहेत आणि त्याच्या दर्शनासाठी किती काळ वाट पाहावी लागली तरी ते तयार आहेत. ही रचना भक्ती, समर्पण आणि ईश्वराच्या दर्शनाची तीव्र इच्छा व्यक्त करते.

23. चित सिमरनु करउ नैन अविलोकनो स्रवन बानी सुजसु पूरि राखउ

चित्ती स्मरण करू, नयनी तुला पाहू, श्रवणी तुझी कीर्ती साठवून ठेवू,
मन हे भ्रमर करू, चरण अंतरी धरू, रसेने अमृत रामनाम गाऊ ॥१॥
माझी प्रीती गोविंदाशी कधी न घटो, (ध्रुवपद)
मी तर मोलाने महाग घेतली, जीवाच्या साट्याने देवा... ॥
साधूसंगाविना भाव हा न प्रगटे, भावाविना भक्ती न होई रे तुझी,
रविदास म्हणे एक विनती हरीला, लाज राख आता राजा रामा माझी ॥२॥

चित सिमरनु करउ नैन अविलोकनो स्रवन बानी सुजसु पूरि राखउ ॥
मनु सु मधुकरु करउ चरन हिरदे धरउ रसन अमृत राम नाम भाखउ ॥1॥
मेरी प्रीति गोबिंद सिउ जिनि घटै ॥
मै तउ मोलि महगी लई जीअ सटै ॥1 ॥
साधसंगति बिना भाउ नही ऊपजै भाव बिनु भगति नही होइ तेरी ॥
कहै रविदासु इक बेनती हरि सिउ पैज राखहु राजा राम मेरी ॥2॥

हे 'राग आसा' मधील भजन अनन्य भक्ती, समर्पण आणि ईश्वराशी असलेल्या अतूट नात्याचे एक अप्रतिम प्रतीक आहे. यात ते सांगतात की ईश्वराचे हे प्रेम त्यांनी अत्यंत महागड्या मोलात–म्हणजेच स्वतःचा 'जीव' पणाला लावून (अहंकार मिटवून) विकत घेतले आहे. या भजनामध्ये **"माझी प्रीती गोविंदाशी कधी न घटो, मी तर मोलाने महाग घेतली, जीवाच्या साट्याने देवा..."** हे मुख्य ध्रुवपद आहे. गाताना प्रत्येक कडव्यानंतर या ध्रुवपदाला अतिशय दृढ आणि भावपूर्ण सुरात आळवावे, ज्यामुळे या भजनातील शरणागतीचा आणि हक्काचा भाव हुबेहूब प्रकट होईल. ते परमेश्वराच्या भक्तीत तल्लीन होण्याची प्रक्रिया वर्णन करतात. ते म्हणतात की डोळ्यांनी परमेश्वराचे दर्शन घ्यावे, कानांनी त्याच्या गोड वाणी आणि कीर्तन ऐकावे, मन मधमाशाप्रमाणे परमेश्वराच्या चरणांवर केंद्रित करावे आणि जिभेने रामनामाचा अमृतमय जप करावा. त्यांची गोविंदावरील प्रीती इतकी गहरी आहे की त्यांनी आपले सर्वस्व त्याला अर्पण केले आहे. पुढे, ते सांगतात की सत्संगाशिवाय भक्तीचा भाव निर्माण होत नाही आणि भावाशिवाय खरी भक्ती साध्य होत नाही. शेवटी, रविदासजी प्रार्थना करतात की हे राजा राम, माझी ही एकमेव विनंती आहे की तू माझी लाज राखावी.

24. नाथ कछूअ न जानउ

नाथा, काहीच मी जाणेना,
मन हे मायेच्या हाती विकले ना ॥१॥
तू तर म्हणविसी जगद्गुरू स्वामी, (ध्रुवपद)
आम्ही म्हणवतो कलियुगी कामी, देवा... ॥
या पाच जणांनी मन माझे बिघडविले,
पलोपली हरीजी, तुझ्यापासून दूर नेले ॥२॥
जिथ तिथे पाहावे, तिथ दुःखाची रास,
अजूनही पटेना मन, जरी वेद साक्षी यास ॥३॥
गौतम-नारी (अहिल्या) अन् उमापती स्वामी,
शिराचे कर्तन झाले, कुणी सहस्र-भगी कामी ॥४॥
या दूत-विकारांनी पाशवी छळ मांडिला,
मोठा निर्लज्ज हा जीव, अजून नाही हारला ॥५॥
रविदास म्हणे आता काय कसे करू मी?
रघुनाथाविना सांगा, कुणाच्या सरणी जाऊ मी? ॥६॥

नाथ कछूअ न जानउ ॥
मनु माइआ कै हाथि बिकानउ ॥1 ॥
तुम कहीअत हौ जगत गुर सुआमी ॥
हम कहीअत कलिजुग के कामी ॥1॥
इन पंचन मेरो मनु जु बिगारिओ ॥
पलु पलु हरि जी ते अंतरु पारिओ ॥2॥
जत देखउ तत दुख की रासी ॥
अजौं न पत्याइ निगम भए साखी ॥3॥

गोतम नारि उमापति स्वामी ॥
सीसु धरनि सहस भग गांमी ॥4॥
इन दूतन खलु बधु करि मारिओ ॥
बडो निलाजु अजहू नही हारिओ ॥5॥
कहि रविदास कहा कैसे कीजै ॥
बिनु रघुनाथ सरनि का की लीजै ॥6॥

हे 'राग गउड़ी' मधील भजन मानवी मनाची हतबलता, विकारांचे (काम, क्रोध, लोभ, मोह, मत्सर) आक्रमण आणि ईश्वराच्या शरणागतीचे अत्यंत भावपूर्ण चित्रण करते. यात त्यांनी अगदी गौतम ऋषींची पत्नी (अहिल्या) आणि इंद्राच्या कथेचे संदर्भ देऊन विकारांमुळे देवापासून अंतर कसे पडते, हे सांगितले आहे. या भजनामध्ये **"तू तर म्हणविसी जगद्गुरू स्वामी, आम्ही म्हणवतो कलियुगी कामी..."** हे मुख्य ध्रुवपद (रहाउ) आहे. गाताना प्रत्येक कडव्यानंतर या ध्रुवपदाला अतिशय आर्त आणि शरणागतीच्या भावाने आळवावे. शेवटच्या कडव्यात "रघुनाथाविना सांगा..." हा भाग गाताना आवाजातील कारुण्य भजनाची गोडी अधिक वाढवेल. या रचनेत रविदासजी म्हणतात की, त्यांना काहीही ज्ञान नाही आणि त्यांचे मन मायेच्या (भौतिक सुखांच्या) हातात विकले गेले आहे. ते परमेश्वराला जगतगुरू आणि स्वामी म्हणून संबोधतात, तर स्वतःला कलियुगातील भोगी आणि कामी (इंद्रियसुखांमध्ये रमणारा) म्हणतात. पुढे ते सांगतात की, पाच विषय (काम, क्रोध, लोभ, मोह, अहंकार) यांनी त्यांचे मन भ्रष्ट केले आहे.

25. सह की सार सुहागनि जानै

पतीचे मर्म ती सुहागिनी जाणे,
सोडूनि अभिमान सुखाचा आनंद माणे,
तन-मन अर्पे, अंतर न ठेवी काही,
अन्या पहात ना, कुवचन ऐकत नाही ॥१॥
ती काय जाणे पीडा परकीयांची? (ध्रुवपद)
ज्याच्या अंतरी वेदनाच नाही कुणाची, देवा... ॥
दुःखी ती दुहागिनी दोन्ही पक्षांविना झाली,
जिने नाथाची निरंतर भक्ती नाही केली,
मृत्यूचा तो मार्ग मोठा कठीण अन् दुस्तर,
सोबती ना सखा कोणी, जाणे एकलेची निरंतर ॥२॥
दुःखी हा वेदनेने तुझ्या दाराशी आला,
मोठी याला तहान, परी अजून प्रबोध ना मिळाला,
रविदास म्हणे आलो देवा सरणे मी तुझ्या,
जसे ठावे तुला, तशी गती करी माझ्या ॥३॥

सह की सार सुहागनि जानै ॥
तजि अभिमानु सुख रलीआ मानै ॥

तनु मनु देइ न अंतरु राखै ॥
अवरा देखि न सुनै अभाखै ॥1॥
सो कत जानै पीर पराई ॥
जा कै अंतरि दरदु न पाई ॥1 ॥
दुखी दुहागनि दुइ पख हीनी ॥
जिनि नाह निरंतरि भगति न कीनी ॥
पुर सलात का पंथु दुहेला ॥
संगि न साथी गवनु इकेला ॥2॥
दुखीआ दरदवंदु दरि आइआ ॥
बहुतु पिआस जबाबु न पाइआ ॥
कहि रविदास सरनि प्रभ तेरी ॥
जिउ जानहु तिउ करु गति मेरी ॥3॥

हे 'राग मारू' मधील भजन आत्म्याची व्याकुळता, खरी भक्ती आणि शरणागतीचे एक सुंदर दर्शन घडवते. यात त्यांनी 'सुहागिनी' (जिने ईश्वराला आपले मानले आहे) आणि 'दुहागिनी' (ज्याने भक्ती केली नाही) या दोन रूपकांतून संसाराचे सत्य मांडले आहे. भक्ती आणि मायेच्या प्रभावाचे वर्णन करतात. ते म्हणतात की, जी सुहागन (भक्तीपूर्ण आत्मा) परमेश्वराशी एकरूप होते, ती अहंकार सोडून सुखात रमते, आपले तन-मन पूर्णपणे समर्पित करते आणि दुसऱ्यांच्या दोषांकडे लक्ष देत नाही. परंतु ज्याच्या अंतःकरणात दुसऱ्याच्या दुःखाची जाणीव नाही, तो परक्याच्या पीडेची खरी सहानुभूती कशी समजू शकेल? जी परमेश्वराची निरंतर भक्ती करत नाही, तिला दोन्ही

बाजूंनी (या आणि परलोकात) नुकसान होते. तिचा मार्ग कठीण आणि एकाकी आहे, कारण तिला खरा साथी मिळत नाही. अशा आत्म्याला दुःख आणि तहान लागते, परंतु परमेश्वराच्या दरबारात त्याला कोणताही जवाब मिळत नाही. शेवटी, गुरू रविदासजी प्रभूच्या शरणागती स्वीकारत म्हणतात, "हे प्रभू, तू जसे ठरवशील, तशी माझी गती कर."

26. जो दिन आवहि सो दिन जाही

जो दिन येतो, तो दिन जातो,
निघणे आहे इथे, कुणी ना राहतो,
सोबती चालले, आम्हाही जाणे,
प्रवास लांबचा, मृत्यू शिरावरती ठाणे ॥१॥
का रे तू निजला? जागी होई अज्ञाना, (ध्रुवपद)
या जग-जीवनाला तू साचेची मानिले, मना... ॥
ज्याने जीव दिला, तोच देईल चारा,
प्रत्येक घटी तोच चालवी हा पसारा,
भक्ती करी आता, सोडून 'मी-माझे' फेरा,
अंतरी नाम जप, वेळ आहे तोवरि रे नरा ॥२॥
जन्म सरून गेला, मार्ग ना सुधारला,
संध्याकाळ झाली, अंधार दाही दिशांला,
रविदास म्हणे शेवटी, अरे वेड्या मना,
का नाही स्मरसी? ही दुनिया तर आहे नश्वर खाना ॥३॥

जो दिन आवहि सो दिन जाही ॥
करना कूचु रहनु थिरु नाही ॥
संगु चलत है हम भी चलना ॥
दूरि गवनु सिर ऊपरि मरना ॥1॥
किआ तू सोइआ जागु इआना ॥
तै जीवनु जगि सचु करि जाना ॥1 ॥
जिनि जीउ दीआ सु रिजकु अम्मबरावै ॥
सभ घट भीतरि हाटु चलावै ॥
करि बंदिगी छाडि मै मेरा ॥
हिरदै नामु सम्हारि सवेरा ॥2॥
जनमु सिरानो पंथु न सवारा ॥
सांझ परी दह दिस अंधिआरा ॥
कहि रविदास निदानि दिवाने ॥
चेतसि नाही दुनीआ फन खाने ॥3॥

'राग गउड़ी' मधील भजन मानवी आयुष्याची नश्वरता, मृत्यूचे अटळ सत्य आणि वेळेत जागृत होऊन नामस्मरण करण्याचा संदेश देणारे एक अत्यंत वैराग्यपूर्ण आणि जागृतीपर भजन आहे. यात त्यांनी माणसाला मोहनिद्रेतून जागे होण्याचे आवाहन केले आहे. या भजनामध्ये **"का रे तू निजला? जागी होई अज्ञाना, या जग-जीवनाला तू साचेची मानिले..."** हे मुख्य ध्रुवपद आहे. गाताना प्रत्येक कडव्यानंतर या ध्रुवपदाला अतिशय गंभीर, संथ आणि आत्मपरीक्षण करणाऱ्या सुरात आळवावे, जेणेकरून संसाराची क्षणभंगुरता मनाला थेट जाणवेल. जे दिवस येतात, ते निघूनही जातात; मानवाचा प्रवास तात्पुरता आहे आणि मृत्यू अटळ आहे.

सर्वकाही सोबत चालते, पण आपणही या प्रवासात जाणारच आहोत, आणि शेवटी मृत्यू आपल्या डोक्यावर आहे. ते सांगतात, "हे माणसा, का झोपलास? जागा हो आणि जीवनाला सत्य मान." ज्याने जीवाला जीवन दिले, तोच त्याला पोषण देतो आणि प्रत्येक हृदयात त्याचे हाट (बाजार) चालते. म्हणून, अहंकार आणि ममत्व सोडून, परमेश्वराच्या भक्तीत लीन होऊन, हृदयात त्याचे नाम स्मरावे. जे लोक आयुष्यभर भक्तीचा मार्ग अवलंबत नाहीत, त्यांचा जन्म व्यर्थ जातो. संध्याकाळी (आयुष्याच्या अंतिम टप्प्यात) अंधार पसरतो, आणि ते अज्ञानातच राहतात. शेवटी, गुरू रविदासजी सांगतात की, हे मूर्ख मनुष्या, जागा हो, कारण हे जग नश्वर आहे, आणि तू अजूनही चेतनाशून्य आहेस.

27. ऊचे मंदर साल रसोई

उंच हे महाल अन् सुंदर स्वयंपाकघरे,
मृत्यू येता एक घडीही राहू न देती रे ॥१॥
हे शरीर असे जशी गवताची ती ताटी, (ध्रुवपद)
जळून गेले गवत अन् मिळाली ही माती, मना... ॥
भाऊ-बंधू, सोबती अन् सारे कुटुंब हे,
तेही म्हणती आता 'लवकर बाहेर काढा' हे ॥२॥
जी घराची नारी सदा हृदयाशी लागे,
तीही मग 'भूत भूत' म्हणून दूर पळे-भागे ॥३॥
रविदास म्हणे या मायेने सारा जग लुटला,

आम्ही तर एक 'राम' म्हणूनी यातून सुटलो रे... ॥४॥

ऊचे मंदर साल रसोई ॥
एक घरी फुनि रहनु न होई ॥1॥
इहु तनु ऐसा जैसे घास की टाटी ॥
जलि गइओ घासु रलि गइओ माटी ॥1 ॥
भाई बंध कुट्मब सहेरा ॥
ओइ भी लागे काढु सवेरा ॥2॥
घर की नारि उरहि तन लागी ॥
उह तउ भूतु भूतु करि भागी ॥3॥
कहि रविदास सभै जगु लूटिआ ॥
हम तउ एक रामु कहि छूटिआ ॥4॥

हे 'राग आसा' मधील भजन संसाराची असारता आणि मानवी शरीराच्या नश्वरतेवर अतिशय मार्मिक भाष्य करते. या भजनामध्ये "हे शरीर असे जशी गवताची ती ताटी, जळून गेले गवत अन् मिळाली ही माती..." हे मुख्य ध्रुवपद (रहाउ) आहे. गाताना प्रत्येक कडव्यानंतर या ध्रुवपदाला अतिशय संथ, वैराग्यपूर्ण आणि धीरगंभीर स्वरात आळवावे, जेणेकरून भजनाचा मूळ उपदेश श्रोत्यांच्या हृदयाला थेट स्पर्श करेल. रविदासजी या रचनेत संसाराच्या नश्वरतेवर आणि परमेश्वराच्या भक्तीच्या महत्त्वावर जोर देतात. ते म्हणतात की, उंच महाल आणि स्वयंपाकघर यांचा काही

काळ टिकत नाही, कारण एका घरी कायम राहणे शक्य नाही. हे शरीर घासाच्या झोपडीसारखे आहे, जे जळून खाक होते आणि मातीत मिसळते. पुढे, ते सांगतात की, भाऊ, बंधू, कुटुंब आणि सासर यांचाही सहवास तात्पुरता आहे, कारण सर्वांना एक दिवस सकाळी (मृत्यूच्या वेळी) काढता पाय घ्यावा लागतो. घरातील स्त्री (पत्नी) शरीराला लागून राहते, पण तीही शेवटी भूत होऊन (मृत्यूनंतर) निघून जाते.

28. दारिदु देखि सभ को हसै ऐसी दसा हमारी

दारिद्र्य पाहुनी हसती सगळे, अशी ही दशा आमुची,
अष्टसिद्धी त्या तळहातावर, ही सर्व कृपा तुझीच ॥१॥
तू जाणे मी काहीच नाही, भवभयभंजन रामा, (ध्रुवपद)
सकल जीव आले सरणी, तूचि पूर्ण करी कामा, देवा... ॥
जो आला तुझ्या सरणी, तया लाभे ना भार रे,
ऊच-नीच हे तरून गेले, पावन हा संसार रे ॥२॥
रविदास म्हणे अकथ कथा ही, अधिक काय सांगावी?
जसा तू, तसा तूच केवळ, उपमा काय द्यावी? ॥३॥

दारिदु देखि सभ को हसै ऐसी दसा हमारी ॥
असट दसा सिधि कर तलै सभ क्रिपा तुमारी ॥1॥
तू जानत मै किछु नही भव खंडन राम ॥

सगल जीअ सरनागती प्रभ पूरन काम ॥1 ॥
जो तेरी सरनागता तिन नाही भारु ॥
ऊच नीच तुम ते तरे आलजु संसारु ॥2॥
कहि रविदास अकथ कथा बहु काइ करीजै ॥
जैसा तू तैसा तुही किआ उपमा दीजै ॥3॥

'राग सोरठि' मधील भजन कमालीची नम्रता, अनन्य शरणागती आणि ईश्वराच्या अथांग माहात्म्याचे वर्णन करणारे आहे. यात ते म्हणतात की, "माझे दारिद्र्य पाहून सर्व जग माझ्यावर हसते, पण तुझ्या कृपेने अष्टसिद्धी माझ्या तळहातावर खेळू शकतात. तू तर सर्वकाही जाणतोस, तुझ्या अथांग रूपाचे वर्णन मी काय करू? तू जसा आहेस, तसा फक्त तूच आहेस!" या भजनामध्ये **"तू जाणे मी काहीच नाही, भवभयभंजन रामा, सकल जीव आले सरणी..."** हे मुख्य ध्रुवपद (रहाउ) आहे. गाताना पहिल्या कडव्यात स्वतःच्या गरिबीचा स्वीकार आणि दुसऱ्याच ओळीत देवाच्या कृपेची ताकद (अष्टसिद्धी) यातील विरोधाभास स्वरांच्या चढ-उताराने खूप सुंदर रीतीने खुलवता येतो. शेवटच्या ओळीत "उपमा काय द्यावी?" हा भाव अत्यंत कृतज्ञतेने आळवावा. रविदासजी या रचनेत परमेश्वराच्या कृपेचे आणि शरणागतीचे महत्त्व सांगतात. ते म्हणतात की, माझी दारिद्र्याची अवस्था पाहून सर्वजण हसतात, अशी माझी दशा आहे. परंतु, हे प्रभू, तुझ्या कृपेने अष्टसिद्धी माझ्या हातात आहे. जे तुझ्या शरणागतीत येतात, त्यांना कोणताही भार (चिंता) नसतो. तुझ्या कृपेने उच्च-नीच सर्वजण संसाराच्या

बंधनातून मुक्त होतात. तुझी अकथनीय कथा सांगण्यासाठी किती प्रयत्न करावेत? तू जसा आहेस, तसाच आहेस; तुझी उपमा कशी द्यावी?

29. जिह कुल साधु बैसनौ होइ

ज्या कुळी साधू वैष्णव होई,
वर्ण-अवर्ण ना रंक ना राजा, विमल कीर्ती त्याची जगी उरे पाही ॥१॥
ब्राह्मण, वैश्य, शूद्र अन् क्षत्रिय, डोम, चांडाल वा म्लेंच्छ मना, (ध्रुवपद)
होई पुनीत भगवंत भजने, स्वतः तरे अन् तारी दोन्ही कुळां, देवा... ॥
धन्य ते गाव, धन्य ती जागा, धन्य पवित्र ते कुटुंब आणि लोक रे,
ज्याने पिला हा नाम-साररस, सोडून इतर रस, मग्न झाला टाकुनी विष-शोक रे ॥२॥
पंडित, शूर, छत्रपती राजा, भक्ताच्या बरोबरीचा कोणी नाही पाही,
जसे कमळाचे पान राहे जलापाशी, रविदास म्हणे तसे ते जन्मती जगी याही ॥३॥

जिह कुल साधु बैसनौ होइ ॥
बरन अबरन रंकु नही ईसुरु बिमल बासु जानीऐ जगि सोइ ॥1 ॥
ब्रह्मन बैस सूद अरु ख्यत्री डोम चंडार मलेछ मन सोइ ॥
होइ पुनीत भगवंत भजन ते आपु तारि तारे कुल दोइ ॥1॥
धंनि सु गाउ धंनि सो ठाउ धंनि पुनीत कुट्मब सभ लोइ ॥
जिनि पीआ सार रसु तजे आन रस होइ रस मगन डारे बिखु खोइ ॥2॥
पंडित सूर छत्रपति राजा भगत बराबरि अउरु न कोइ ॥
जैसे पुरैन पात रहै जल समीप भनि रविदास जनमे जगि ओइ ॥3॥

हे 'राग बिलावल' मधील भजन भक्तीची आणि भक्ताची महती सांगणारे अत्यंत क्रांतिकारी पद आहे. व्यक्ती कोणत्याही जातीत, कुळात किंवा वर्णात जन्माला आलेली असो–मग तो ब्राह्मण असो, क्षत्रिय असो, शूद्र असो वा चांडाल–जर त्याच्या अंतरी भगवंताची भक्ती असेल, तर तो संपूर्ण जगात पवित्र आणि श्रेष्ठ ठरतो. या ओळींवर जोर द्यावा, कारण समतावादी आणि जातीभेद-विरोधी विचारांचा हा मुख्य गाभा आहे. या रचनेत भक्तीच्या सामर्थ्याने कुल आणि व्यक्तीच्या उद्धारावर प्रकाश टाकतात. ज्या कुलात साधू (संत) येतो, तिथे उच्च-नीच, गरीब-श्रीमंत, ईश्वर किंवा सामान्य माणूस असा भेद राहत नाही; त्या कुलाला जगात

निर्मळ आणि श्रेष्ठ मानले जाते. पुढे, ते सांगतात की, ब्राह्मण, वैश्य, शूद्र, क्षत्रिय, डोम, चांडाल किंवा म्लेच्छ असले तरी, ज्याच्या मनात भगवंताचे भजन आहे, तो स्वतःला आणि आपल्या कुलाला तारतो, आणि त्याचे मन पवित्र होते. जो गाव, ठिकाण आणि कुटुंब भगवंताच्या भक्तीत रमते, ते धन्य आहे. ज्याने भगवंताच्या नामरूपी अमृताचा प्याला प्याला, त्याने इतर सर्व रस (भौतिक सुख) सोडले आणि तो भक्तीच्या रसात मग्न होऊन विषारी सांसारिक बंधनांपासून मुक्त होतो. पंडित, योद्धा, राजा आणि भक्त यांच्यात कोणताही भेद नाही; सर्व भक्त समान आहेत. जसे कमळाचे पान पाण्याजवळ राहूनही ओले होत नाही, तसेच भक्त संसारात राहूनही निर्लेप राहतो. गुरू रविदासजी अशा भक्ताच्या जन्माला जगात श्रेष्ठ मानतात.

30. मुकंद मुकंद जपहु संसार

मुकुंद मुकुंद जपा रे संसारा,
मुकुंदाविना हा देह लागे जणु भारा,
तोचि मुकुंद मुक्तीचा दाता,
तोचि मुकुंद आमुचा पिता अन् माता ॥१॥
जगणे मुकुंदी, मरणे मुकुंदी, (ध्रुवपद)
त्याच्या दासाला लाभे सदा आनंदी, देवा... ॥
मुकुंद मुकुंद आमुचा हा प्राण रे,
जपून मुकुंद शिरी लाभे मान रे,

सेवा मुकुंदाची करी जो वैरागी,
तोचि मुकुंद धन आम्हा दुर्बळां गती ॥२॥
एक मुकुंद करी हा उपकार रे,
काय करील मग आमुचा हा संसार रे?
मिटली ही जात, झालो तुझ्या दरबारी,
तूचि मुकुंदा, युगायुगी तारी ॥३॥
प्रगटले ज्ञान, जाहला प्रकाश रे,
करूनिया कृपा, स्वीकारिला हा दास रे,
रविदास म्हणे आता तृष्णा ही संपली,
जपे मुकुंद, सेवा त्याचीच घडली ॥४॥

मुकंद मुकंद जपहु संसार ॥
बिनु मुकंद तनु होइ अउहार ॥
सोई मुकंदु मुकति का दाता ॥
सोई मुकंदु हमरा पित माता ॥1॥
जीवत मुकंदे मरत मुकंदे ॥
ता के सेवक कउ सदा अनंदे ॥1॥ रहाउ ॥
मुकंद मुकंद हमारे प्रानं ॥
जपि मुकंद मसतकि नीसानं ॥
सेव मुकंद करै बैरागी ॥
सोई मुकंदु दुर्बल धनु लाधी ॥2॥
एकु मुकंदु करै उपकारु ॥
हमरा कहा करै संसारु ॥
मेटी जाति हूए दरबारि ॥
तुही मुकंद जोग जुग तारि ॥3॥

उपजिओ गिआनु हूआ परगास ॥
करि किरपा लीने कीट दास ॥
कहु रविदास अब त्रिसना चूकी ॥
जपि मुकंद सेवा ताहू की ॥4॥

हे 'राग गउड़ी' मधील भजन आहे. देवच आपला माता-पिता, प्राण आणि खरे धन आहे, आणि त्याच्या भक्तीनेच सर्व वासना कशा संपून जातात, याचे सुंदर वर्णन यात केले आहे. गाताना 'मुकुंद मुकुंद' या नामाचा उच्चार अतिशय लयीत आणि टाळ्यांच्या तालावर धरता येईल असा आहे. तिसऱ्या कडव्यातील "मिटली ही जात..." ही ओळ संत रविदासांच्या समतेच्या विचाराला अधोरेखित करते, त्यामुळे तिथल्या स्वरांमध्ये एक वेगळाच आत्मविश्वास आणि आनंद प्रकटू द्यावा. हे संसारा, 'मुकंद' नावाचा जप कर, कारण मुकंदाशिवाय हे शरीर नश्वर आणि निरर्थक आहे. मुकंद हाच मुक्ती देणारा आणि आपला खरा पिता-माता आहे. जो जिवंतपणी आणि मरणापूर्वी मुकंदाचा जप करतो, त्याच्या सेवकाला नेहमी आनंद प्राप्त होतो. मुकंद हाच आपल्या प्राणांचा आधार आहे. त्याच्या जपाने मस्तकावर मुक्तीचे चिन्ह अंकित होते. वैरागी (संसारापासून अलिप्त) भक्त मुकंदाची सेवा करतो, आणि तोच मुकंद दुर्बलांना धन (आध्यात्मिक संपत्ती) प्रदान करतो. एकमेव मुकंदच खरा उपकार करतो; मग संसार आपले काय करू शकेल? मुकंदाच्या दरबारात जाऊन जाती-पातीचे भेद मिटतात, आणि तोच मुकंद युगानुयुगे भक्तांना तारतो. मुकंदाच्या

कृपेने त्यांना ज्ञान प्राप्त झाले आणि अंतःकरणात प्रकाश पसरला. त्याने या कीटदासाला (नम्र भक्ताला) आपल्या शरणी घेतले. आता त्यांची तृष्णा संपली आहे, आणि ते फक्त मुकंदाचा जप आणि त्याची सेवा करतात.

31. जे ओहु अठसठि तीर्थ न्हावै

जरी तो अठसठ तीर्थी न्हाला,
जरी तो बारा शिळा पूजायला,
जरी त्याने विहिरी-तलाव बांधिले,
करी निंदा जर, सर्व व्यर्थचि गेले ॥१॥
संतांचा निंदक कसा बरे तरेल? (ध्रुवपद)
नक्कीचि जाणा, तो नरकातचि पडेल, देवा... ॥
कुरुक्षेत्री जरी त्याने ग्रहण-स्नान केले,
अर्पिली नारी (दान) शृंगाराने नटवून भले,
सकळ स्मृती-वेद जरी कानाने ऐकिले,
करी निंदा जर, काही गुणी ना पडले ॥२॥
जरी त्याने अनेक यज्ञ-प्रसाद करविले,
भूमीदान देऊनी मंडपात शोभा-मान पाविले,
स्वतःचे बिघडून दुसऱ्यांचे कार्य सांधिले,
करी निंदा जर, बहु योनीत त्याने भटकणे केले ॥३॥
निंदा का करता? अरे ओ संसारा,

निंदकाचा उघडा पडेल हा पसारा,
निंदकाचा शोधून, साधून विचार हा केला,
रविदास म्हणे तो पापी, नरकातचि गेला ॥४॥

जे ओहु अठसठि तीर्थ न्हावै ॥
जे ओहु दुआदस सिला पूजावै ॥
जे ओहु कूप तटा देवावै ॥
करै निंद सभ बिरथा जावै ॥1॥
साध का निंदकु कैसे तरै ॥
सरपर जानहु नरक ही परै ॥1 ॥
जे ओहु ग्रहन करै कुलखेति ॥
अरपै नारि सीगार समेति ॥
सगली सिम्रिति स्रवनी सुनै ॥
करै निंद कवनै नही गुनै ॥2॥
जे ओहु अनिक प्रसाद करावै ॥
भूमि दान सोभा मंडपि पावै ॥
अपना बिगारि बिरांना सांढै ॥
करै निंद बहु जोनी हांढै ॥3॥
निंदा कहा करहु संसारा ॥
निंदक का परगटि पाहारा ॥
निंदकु सोधि साधि बीचारिआ ॥
कहु रविदास पापी नरकि सिधारिआ ॥ 4॥

हे 'राग गोंड' मधील भजन 'परनिंदा' (दुसऱ्यांची निंदा-नालस्ती करणे) या दुर्गुणावर अतिशय कडक शब्दांत प्रहार करणारे आहे. यात ते सांगतात की, माणूस कितीही तीर्थयात्रा करो, दानधर्म करो किंवा वेद-पुराण ऐको, पण जर तो दुसऱ्यांची किंवा संतांची निंदा करत असेल, तर त्याचे सर्व पुण्य कर्म व्यर्थ जाते आणि त्याचे पतन अटळ असते. या भजनामध्ये **"संतांचा निंदक कसा बरे तरेल? नक्कीचि जाणा, तो नरकातचि पडेल..."** हे मुख्य ध्रुवपद (रहाउ) आहे. गाताना प्रत्येक कडव्यानंतर या ओळींना अतिशय स्पष्ट, गंभीर आणि चेतावणी देणाऱ्या सुरात आळवावे, जेणेकरून संतांच्या या उपदेशाची खोली श्रोत्यांच्या मनावर पूर्णपणे ठसेल. जरी एखादा माणूस अष्टसष्ट तीर्थांवर स्नान करेल, बारा ज्योतिर्लिंगांची पूजा करेल, किंवा विहिरी आणि तलाव खणून दान देईल, तरीही जर तो निंदा करत असेल, तर त्याची सर्व कर्मे व्यर्थ जातात. साधूंची निंदा करणारा कसा तारला जाईल? खात्रीने, तो नरकातच पडेल. जरी एखादा माणूस ग्रहणकाळी कुलक्षेत्रात दान करेल, सुंदर स्त्रीला अर्पण करेल, किंवा सर्व शास्त्रांचे श्रवण करेल, तरीही निंदा करत असल्यास त्याला कोणताही गुण मिळत नाही. तसेच, जरी तो अनेक प्रसाद अर्पण करेल, भूमिदान करेल किंवा भव्य मंडप उभारेल, परंतु स्वतःचे नुकसान करून दुसऱ्यांना त्रास देईल आणि निंदा करेल, तर त्याला अनेक जन्मांपर्यंत दुःख भोगावे लागेल. हे संसारा, निंदा का करतोस? निंदकाचा पाहारा (दुष्कृत्य) सर्वांसमोर उघड होतो. निंदकाला सुधारण्यासाठी साधूंनी विचार केला, परंतु

गुरू रविदासजी सांगतात की, निंदक पापी नरकातच जातो.

32. पड़ीऐ गुनीऐ नामु सभु सुनीऐ अनभउ भाउ न दरसै

वाचे-गुणे जरी नाम हे ऐकले, अंतरी भाव ना प्रगटे,
लोखंडाचे सोने होणे कसे, जोवर परिस कधि ना भेटे? ॥१॥
देवा, संशयाची गाठ सुटेना, (ध्रुवपद)
काम, क्रोध, माया, मद, मत्सर, या पाच जणांनी लुटले, देवा... ॥
'आम्ही मोठे कवी, कुलीन, पंडित, आम्ही जोगी-सन्यासी',
'ज्ञानी, गुणी, शूर अन् दाते', ही बुद्धी का नाही नाशी? ॥२॥
रविदास म्हणे, कुणा न समजे, विसरून झाले वेडे,
मज आधार केवळ नाम नारायणा, जीवन, प्राण, धन माझे ॥३॥

पड़ीऐ गुनीऐ नामु सभु सुनीऐ अनभउ भाउ न दरसै ॥
लोहा कंचनु हिरन होइ कैसे जउ पारसहि न परसै ॥1॥
देव संसै गांठि न छूटै ॥
काम क्रोध माइआ मद मतसर इन पंचहु मिलि लूटे ॥1॥
हम बड कबि कुलीन हम पंडित हम जोगी संनिआसी ॥
गिआनी गुनी सूर हम दाते इह बुधि कबहि न नासी ॥2॥

कहु रविदास सभै नही समझसि भूलि परे जैसे बउरे ॥
मोहि अधारु नामु नाराइन जीवन प्रान धन मोरे ॥3॥

हे 'राग गउड़ी' मधील भजन केवळ पुस्तकी ज्ञान आणि अहंकारावर प्रहार करणारे, तसेच खऱ्या आंतरिक अनुभूतीचे महत्त्व सांगणारे आहे. यात ते म्हणतात की, "कितीही वाचा, गुणा किंवा ऐका, जोवर ईश्वराचा स्पर्श (कृपा) होत नाही, तोवर लोखंडाचे सोने होत नाही. तसेच 'मी मोठा पंडित, कवी, ज्ञानी' हा अहंकार माणसाला कधीच सुटू देत नाही." गाताना प्रत्येक कडव्यानंतर या ध्रुवपदाला अतिशय आर्ततेने आणि संथ सुरात आळवावे. दुसऱ्या कडव्यातील "आम्ही मोठे कवी..." हा भाग गाताना मानवी अहंकारावर उपरोधिकपणे बोट ठेवणारा स्वर असावा, तर शेवटच्या ओळीत संपूर्ण शरणागतीचा भाव असावा. संसारातील मायेच्या प्रभावापासून मुक्ती आणि परमेश्वराच्या नामाचे महत्त्व सांगतात. जरी एखादा माणूस नामाचा जप करेल, गुणांचे गायन करेल आणि सर्व काही ऐकेल, तरी जोपर्यंत त्याला अंतःकरणात प्रेम आणि अनुभवाचा भक्तीभाव प्राप्त होत नाही, तोपर्यंत त्याला परमेश्वराचे दर्शन होत नाही. जसे लोखंडाला सोने बनण्यासाठी पारसाचा स्पर्श आवश्यक आहे, तसेच भक्तीशिवाय मुक्ती शक्य नाही. काम, क्रोध, माया, मद (अहंकार) आणि मत्सर या पाच विकारांनी माणसाला लुटले आहे, आणि या मायेच्या गाठीतून तो सुटू शकत नाही. लोक स्वतःला मोठा कवी, कुलीन, पंडित, योगी, सन्यासी, ज्ञानी, गुणी, शूरवीर किंवा दाता समजतात, परंतु ही अहंकाराची

बुद्धी कधीही नष्ट होत नाही. सत्य न समजल्यामुळे जग भ्रमात अडकले आहे आणि माणसाची अवस्था वेड्यासारखी झाली आहे. तो परमात्माच माझ्या जगण्याचा एकमेव खरा आधार आहे.

33. ऐसी लाल तुझ बिनु कउनु करै

ऐसी कृपा, लाल तुझ्याविण कोण करी?
गरीबनिवाज स्वामी माझा, छत्र धरी शिरावरी ॥१॥
(टीप: 'लाल' म्हणजे अत्यंत प्रिय असलेला परमात्मा).
ज्याच्या विटाळाने जग पळे, त्यावर तूचि रे प्रभू ढळसी, (ध्रुवपद)
नीचालाही ऊच करी माझा गोविंद, कुणासही ना तो डरे, देवा... ॥
नामदेव, कबीर, त्रिलोचन, सधना अन् सैन हे तरले,
रविदास म्हणे ऐका संतहो, हरीजीने सर्व हे साधिले ॥२॥

माऐसी लाल तुझ बिनु कउनु करै ॥
गरीब निवाजु गुसईआ मेरा माथै छत्रु धरै ॥1 ॥
जा की छोति जगत कउ लागै ता पर तुहीं ढरै ॥
नीचह ऊच करै मेरा गोबिंदु काहू ते न डरै ॥1॥
नामदेव कबीरु तिलोचनु सधना सैनु तरै ॥

कहि रविदासु सुनहु रे संतहु हरि जीउ ते सभै सरै ॥2॥

हे 'राग मारू' मधील भजन अत्यंत लोकप्रिय आणि त्यांच्या सर्वात श्रेष्ठ रचनांपैकी एक आहे. यात ते ईश्वराच्या अथांग कृपेचे आणि समतेचे वर्णन करतात. ते म्हणतात की, "माझ्या प्रभूशिवाय गरिबांवर अशी कृपा कोण करणार? ज्याच्या स्पर्शाने जग विटाळ मानत होते, त्यावर माझा प्रभू प्रसन्न झाला आणि त्याने ज्ञानेश्वर, नामदेव, कबीर यांसारख्या संतांना संसारात तारून नेले." गाताना या ओळींना अतिशय स्वाभिमानाने, आनंदाने आणि कृतज्ञतेने आळवावे, कारण ही ओळ संत रविदासांच्या क्रांतीचे आणि ईश्वराच्या अथांग दयेचे मूळ रूप आहे. रविदासजी या रचनेत परमेश्वराच्या कृपेचे आणि भक्तीचे महत्त्व व्यक्त करतात. ते म्हणतात की, हे लाल (प्रभू), तुझ्याविना माझी रक्षा कोण करेल? तू गरीबांचा रक्षक आणि स्वामी आहेस, जो माझ्या मस्तकावर कृपेचा छत्र धरतोस. पुढे, ते सांगतात की, ज्याला जगात नीच समजले जाते, त्याच्यावर तू कृपा करतोस आणि त्याला आधार देतोस. नामदेव, कबीर, तिलोचन, सधना आणि सैन यांना तुझ्या कृपेने तारले गेले. रविदासजी म्हणतात की, हे संतांनो, ऐका हरिजी सर्वांचा उद्धार करतात.

34. सुख सागर सुरितरु चिंतामनि कामधेन बसि जा के रे

सुखसागर, कल्पतरू, चिंतामणी, कामधेनू वास ज्याच्या घरी रे,
चारही पदार्थ, अष्टमहासिद्धी, नवनीधी ज्याच्या तळहातावरी रे ॥१॥
हरी हरी हरी का न जपे रसेना? (ध्रुवपद)
इतर सर्व सोडून दे शाब्दिक रचना, मना... ॥
नाना आख्याने, पुराणे, वेदविधी, चौतीस अक्षरांच्या ठायी रे,
व्यासांनी विचारूनी सांगितले परमार्थ, रामनामाची तो तोड नाही रे ॥२॥
सहज समाधी, उपाधी विरहित, थोर भाग्याने ही आस लागली,
रविदास म्हणे या उदास दासाची, जन्म-मरणाची भीती पळाली ॥३॥

सुख सागर सुरितरु चिंतामनि कामधेन बसि जा के रे ॥
चारि पदार्थ असट महा सिधि नव निधि कर तल ता कै ॥1॥
हरि हरि हरि न जपसि रसना ॥
अवर सभ छाडि बचन रचना ॥1 ॥
नाना खिआन पुरान बेद बिधि चउतीस अछर माही ॥
बिआस बीचारि कहिओ परमारथु राम नाम सरि नाही ॥2॥
सहज समाधि उपाधि रहत होइ बडे भागि लिव लागी ॥

कहि रविदास उदास दास मति जनम मरन भै भागी ॥3॥

यात ते म्हणतात की, "ज्या ईश्वराच्या चरणांशी सुखसागर, कल्पवृक्ष, चिंतामणी आणि कामधेनू वास करतात, चार पुरुषार्थ, अष्टमहासिद्धी आणि नवनीधी ज्याच्या तळहातावर आहेत, त्या हरीचे नाम तू तुझ्या जिभेने का जपत नाहीस? इतर सर्व शाब्दिक रचना सोडून दे. वेद, पुराणे आणि चौतीस अक्षरांचे ज्ञान हे सर्व विसावून पाहिले तरी रामनामाची बरोबरी कशाचीच होऊ शकत नाही."या भजनामध्ये **"हरी हरी हरी का न जपे रसेना? इतर सर्व सोडून दे शाब्दिक रचना..."** हे मुख्य ध्रुवपद (रहाउ) आहे. गाताना या ओळींवर विशेष भर द्यावा, कारण हा या भजनाचा मुख्य उपदेश आहे. दुसऱ्या कडव्यातील "व्यासांनी विचारूनी सांगितले परमार्थ..." ही ओळ गाताना आवाजात एक संथ आणि निश्चित भाव असावा, तर शेवटच्या ओळीत "भीती पळाली" म्हणताना तो आनंद सुरातून प्रकट व्हावा. ज्याच्याकडे सुखाचा सागर, चिंतामणी (इच्छापूर्ती करणारा रत्न), कामधेनू (इच्छा पूर्ण करणारी गाय) आणि चारही पदार्थ (धर्म, अर्थ, काम, मोक्ष), अष्ट महासिद्धी आणि नवनिधी यांचा समावेश आहे, त्या परमेश्वराच्या चरणांमध्ये सर्व काही आहे. तरीही, हे मनुष्या, तू हरिनामाचा जप का करत नाहीस? सर्व व्यर्थ गोष्टी आणि वाणीच्या रचनांना सोडून हरिनाम जप. नाना प्रकारचे ज्ञान, पुराण, वेद आणि चौतीस अक्षरांमध्ये समाविष्ट असलेल्या सर्व विद्या असल्या, तरी व्यासांनी विचार करून सांगितले की, रामनामाच्या बरोबरीचे काहीही नाही. ज्याला

सहज समाधी प्राप्त होते आणि उपाधी (भौतिक बंधने) पासून मुक्तता मिळते, तो खरोखर भाग्यवान आहे, कारण त्याला परमेश्वराशी एकरूप होण्याची लय लागते. शेवटी, रविदासजी म्हणतात की, दासाची मनःस्थिती उदास आहे, परंतु हरिनामाच्या भक्तीने जन्म-मरणाचा भय नष्ट होतो.

35. खटु करम कुल संजुगतु है हरि भगति हिरदै नाहि

षट्कर्मे अन् कुळाने युक्त, परी हरीभक्ती अंतरी नाही,
चरणकमली ना कथा भावे, तो चांडाळाच्या सम होई ॥१॥
रे चित्ता, जागी होई अचेता! का पाहत नाही वाल्मिकीला? (ध्रुवपद)
कोणत्या जातीतून कोणत्या पदी अमर तो झाला, रामभक्तीच्या बळावर, देवा... ॥
श्वानशत्रू जो अजात सगळ्यात, त्याने कृष्णाशी लाविला हेतू,
काय वाखाणतील बिचारे लोक? तिन्ही लोकी कीर्ती प्रगटे तू ॥२॥
अजामीळ, पिंगळा, व्याध अन् गजराज गेले हरीच्या पाशी,
असे दुर्मती जर तरून गेले, रविदास म्हणे तू का न तरशी? ॥३॥

खटु करम कुल संजुगतु है हरि भगति हिरदै नाहि ॥
चरनारबिंद न कथा भावै सुपच तुलि समानि ॥1॥
रे चित चेति चेत अचेत ॥काहे न बालमीकहि देख ॥
किसु जाति ते किह पदहि अमरिओ राम भगति बिसेख ॥1 ॥
सुआन सत्रु अजातु सभ ते क्रिस्न लावै हेतु ॥
लोगु बपुरा किआ सराहै तीनि लोक प्रवेस ॥2॥
अजामलु पिंगुला लुभतु कुंचरु गए हरि कै पासि ॥
ऐसे दुरमति निसतरे तू किउ न तरहि रविदास ॥3॥

हे 'राग केदारा' मधील भजन भक्तीची अथांग शक्ती आणि तिचे महात्म्य सांगणारे आहे. एखादा माणूस जर षट्कर्मांनी (शास्त्रोक्त कर्म) युक्त आणि उच्च कुळातील असेल, पण जर त्याच्या हृदयात हरीची भक्ती नसेल, तर तो एका चांडाळासमान आहे. याउलट, वाल्मिकी ऋषी, अजामीळ, पिंगळा गणिका आणि गजराज (हत्ती) यांसारख्यांचा उद्धार केवळ भगवंताच्या भक्तीमुळेच झाला. जरी एखाद्याकडे सहा कर्मांचे (शास्त्रोक्त कर्मकांड) आणि कुलाची संयुक्तता (उच्च वंश) असली, तरी जर हृदयात हरिभक्ती नसेल, तर तो तुच्छ तणासारखा (सुपच तुल्य) आहे. त्याला परमेश्वराचे चरणारविंद किंवा त्याच्या कथा आवडत नाहीत. अजामल, पिंगला, लुब्धक (शिकारी) आणि गजेंद्र (हत्ती) यांसारखे दुराचारी आणि पापी देखील हरिभक्तीने तारले गेले.

36. बिनु देखे उपजै नही आसा

पाहिल्याविना उपजते ना आशा,
जे जे दिसे, होई त्याचा विनाशा,
शुद्ध मनाने जो जपे नाम,
तोचि योगी केवळ निष्काम ॥१॥
अंतरी राम जो ओळखून रमे, (ध्रुवपद)
परिस लाभता संशय सारे भ्रमे, देवा... ॥
तोचि मुनी मनाची दुविधा खाई,
द्वाराविना जो तिन्ही लोकी समाई,
मनाच्या स्वभावे चालती सारे,
जो कर्ता होई, तो निर्भय विहरे ॥२॥
फळासाठी फुटे ही वनराई,
फळ लागता फूल गळूनिया जाई,
ज्ञानासाठी कर्माचा हा अभ्यास,
ज्ञान प्रगटता कर्माचा हा नाश ॥३॥
तुपासाठी दही घुसळी शहाणा,
जीवनमुक्त तो सदा मोक्ष जाणा,
रविदास म्हणे हा परम वैराग,
हृदयात राम का न जपे अभाग? ॥४॥

बिनु देखे उपजै नही आसा ॥
जो दीसै सो होइ बिनासा ॥

बरन सहित जो जापै नामु ॥
सो जोगी केवल निहकामु ॥1॥
परचै रामु रवै जउ कोई ॥
पारसु परसै दुबिधा न होई ॥1 ॥
सो मुनि मन की दुबिधा खाइ ॥
बिनु दुआरे त्रै लोक समाइ ॥
मन का सुभाउ सभु कोई करै ॥
करता होइ सु अनभै रहै ॥2॥
फल कारन फूली बनराइ ॥
फलु लागा तब फूलु बिलाइ ॥
गिआनै कारन करम अभिआसु ॥
गिआनु भइआ तह करमह नासु ॥3॥
घ्रित कारन दधि मथै सइआन ॥
जीवत मुकत सदा निरबान ॥
कहि रविदास परम बैराग ॥
रिदै रामु की न जपसि अभाग ॥

हे 'राग भैरव' मधील भजन अथांग आध्यात्मिक तत्वज्ञान आणि वैराग्याने नटलेले आहे. यात ते अतिशय सुंदर उदाहरणे देतात: जसे झाडाला 'फळ' आले की 'फूल' गळून पडते, तसेच अंतरी 'ज्ञान' प्रगट झाले की बाह्य 'कर्म-कांडांचा' (विधींचा) आपोआप नाश होतो. ताक घुसळण्याचा उद्‌देश जसा 'तूप' मिळवणे हा असतो, तसाच मानवी जन्माचा उद्‌देश 'जीवनमुक्त' होणे हा आहे. जोपर्यंत परमेश्वराचे दर्शन होत नाही, तोपर्यंत खरी आशा (भक्ती)

निर्माण होत नाही. जे दिसते, ते सर्व नाशवंत आहे. जो कोणी भेदभाव सोडून (वर्णासहित) परमेश्वराच्या नामाचा जप करतो, तो खरा योगी आहे, जो पूर्णपणे निष्काम (इच्छारहित) आहे. जेव्हा कोणी रामाच्या भक्तीत तल्लीन होतो, तेव्हा त्याला पारसाचा (परमेश्वराच्या) स्पर्श होतो आणि त्याच्या मनातील द्‌वैत (दुबिधा) नष्ट होते. असा मुनि मनातील द्‌वंद्‌व नष्ट करतो आणि बिनद्‌वाराने (सहज अवस्थेत) तिन्ही लोकांना समजतो. प्रत्येकजण आपल्या मनाच्या स्वभावानुसार वागतो, परंतु जो खरा कर्ता (परमेश्वर) आहे, तो निर्भय राहतो. फळासाठी वनस्पती फुलते, परंतु फळ लागल्यानंतर फूल नाहीसे होते. त्याचप्रमाणे, ज्ञानासाठी कर्मकांड केले जाते, परंतु खरे ज्ञान प्राप्त झाल्यावर कर्मांचा नाश होतो. जसे घृत (तूप) मिळवण्यासाठी दही घुसळले जाते, तसेच जो भक्ती आणि वैराग्यात मग्न आहे, तो जीवन्मुक्त होऊन सदा निर्वाण अवस्थेत राहतो. परम वैराग्याच्या अवस्थेत, जो अभागी (दुर्भागी) परमेश्वराच्या रामनामाचा जप करत नाही, तो खरे सुख गमावतो.

37. तुझहि सुझंता कछू नाहि

तुला उमजत काहीच नाही,
वस्त्रा भूषणं पाहुनी भुलशी पाही,
गर्विष्ठेला इथे ठाव नाही,

तुझ्या मानेवरती कावळा ओरडे पाही ॥१॥
तू का रे गर्वे झालासी बावळा? (ध्रुवपद)
जसा भाद्रपदातला तो भूछत्र-कळंब*, तू त्याहूनि उतावळा, मना... ॥
जशा हरणाला* उमजे ना भेद रे,
तनी सुगंध परी शोधे विदेश रे,
आपल्या आत्म्याचा जो करी विचार रे,
त्याला यमदूत कधी ना करी खुवार रे ॥२॥
पुत्र अन् दाराचा (पत्नी) का करिसी अहंकार?
तो ठाकूर (परमात्मा) मागेल कर्माचा हिशोब साचार,
स्वतःच्या पापांचे दुःख सोसेल हा जीव,
पाठी कुणा आळवशील 'प्रिया प्रिया' करूनि सजीव? ॥३॥
संतांची जर का तू घेशील ओट (शरण) रे,
तुझे मिटून जातील पाप कोटी कोटी रे,
रविदास म्हणे जो जपे नाम राम रे,
त्याला जात ना जन्म, ना योनीचे काम रे ॥४॥

तुझहि सुझंता कछू नाहि ॥
पहिरावा देखे ऊभि जाहि ॥
गरबवती का नाही ठाउ ॥
तेरी गरदनि ऊपरि लवै काउ ॥1॥
तू कांइ गरबहि बावली ॥
जैसे भादउ खूमबराजु तू तिस ते खरी उतावली ॥1 ॥
जैसे कुरंक नही पाइओ भेदु ॥
तनि सुगंध ढूढै प्रदेसु ॥

अप तन का जो करे बीचारु ॥
तिसु नही जमकंकरु करे खुआरु ॥2॥
पुत्र कलत्र का करहि अहंकारु ॥
ठाकुरु लेखा मगनहारु ॥
फेड़े का दुखु सहै जीउ ॥
पाछे किसहि पुकारहि पीउ पीउ ॥3॥
साधू की जउ लेहि ओट ॥
तेरे मिटहि पाप सभ कोटि कोटि ॥
कहि रविदास जु जपै नामु ॥
तिसु जाति न जनमु न जोनि कामु ॥4॥

हे 'राग सुही' मधील भजन मानवी मनाच्या खोट्या अहंकारावर, सौंदर्याच्या आणि नात्यांच्या अभिमानावर अतिशय कडक शब्दांत प्रहार करते. यात ते माणसाची तुलना पावसाळ्यात (भाद्रपदात) अचानक उगवणाऱ्या आणि लगेच नष्ट होणाऱ्या 'भूछत्राशी' (कळंबाशी) करतात. तसेच, स्वतःच्या शरीरातच कस्तुरी असून बाहेर शोधणाऱ्या 'हरणाचे' उदाहरण देऊन ते आत्मज्ञानाचा संदेश देतात.

हे माणसा, तुला स्वतःबद्दल काहीच समजत नाही; तू जे कपडे (शारीरिक रूप) पाहतोस, ते घालून तू निघून जाशील (मृत्यूनंतर). गर्विष्ठ व्यक्तीला कोणताही स्थिर ठावठिकाणा नाही, आणि त्याच्या गळ्यावर काळ (मृत्यू) कायम लटकत असतो. "हे बावळट माणसा, तू का गर्व करतोस? जसे भाद्रपद महिन्यातील खुमारी (मशक) क्षणभंगुर असते, तशीच तुझी उतावीळ अवस्था आहे." पुढे, ते उदाहरण देतात

की, जसे कस्तुरी मृगाला आपल्या नाभीतील सुगंधाचा भेद (रहस्य) समजत नाही आणि तो बाहेर शोधत फिरतो, तसेच जो आपल्या आत्म्याचा विचार करतो, त्याला यमदूत त्रास देत नाहीत. लोक पुत्र आणि कुटुंबावर अहंकार करतात, परंतु प्रभू (ठाकुर) सर्वांचा हिशेब मागतो. जीवाला मृत्यूचे दुःख सहन करावे लागते, आणि मग "प्रिय, प्रिय" (पीउ पीउ) म्हणून कोणाला हाक मारून उपयोग होत नाही. शेवटी, रविदासजी सांगतात की, जर तुम्ही साधूंची शरण घेतली, तर तुमचे कोट्यवधी पाप नष्ट होतील. जो परमेश्वराच्या नामाचा जप करतो, त्याला जाती, जन्म किंवा सांसारिक कर्मांचे बंधन राहत नाही.

38. नागर जनां मेरी जाति बिखिआत चमारं

नगरजनांनो, माझी जात प्रसिद्ध चमार रे,
परी हृदयात माझ्या राम-गोविंद गुणांचा सार रे ॥१॥
गंगाजलापासून बनविली जरी मदिरा, संत ना करती प्राशन तिचे, (ध्रुवपद)
मद्य अपवित्र, परी तेच जल गंगेत मिळता, रूप होई गंगाजलाचे, देवा... ॥
ताडाच्या झाडापासून बनलेला कागद अपवित्र मानिती सारे,
परी त्यावर भगवद् भक्ती लिहिता, पुजिती करूनी नमस्कार रे ॥२॥

माझी जात कातडे कमवणारी, मृत ढोरे वाहणारी, नित्य वाराणसीच्या आसपास रे,
आता मुख्य ब्राह्मणही तयासी करिती दंडवत, तुझ्या नाम-शरणी हा रविदास दास रे ॥३॥

नागर जनां मेरी जाति बिखिआत चमारं ॥
रिदै राम गोबिंद गुन सारं ॥1॥
सुरसरी सलल क्रित बारुनी रे संत जन करत नही पानं ॥
सुरा अपवित्र नत अवर जल रे सुरसरी मिलत नहि होइ आनं ॥1॥
तर तारि अपवित्र करि मानीऐ रे जैसे कागरा करत बीचारं ॥
भगति भागउतु लिखीऐ तिह ऊपरे पूजीऐ करि नमसकारं ॥2॥
मेरी जाति कुट बांढला ढोर ढोवंता नितहि बानारसी आस पासा ॥
अब बिप्र प्रधान तिहि करहि डंडउति तेरे नाम सरणाइ रविदासु दासा ॥3॥

हे 'राग मल्लार' मधील भजन त्यांच्या सर्वात प्रसिद्ध आणि क्रांतिकारी पदांपैकी एक आहे. यात ते अत्यंत स्वाभिमानाने आपल्या जन्माचा (जातीचा) स्वीकार करतात आणि सांगतात की, "हे नगरजनांनो, माझी जात चर्मकार

म्हणून प्रसिद्ध आहे, पण माझ्या हृदयात नेहमी राम-गोविंदाच्या गुणांचा वास असतो." पुढे ते गंगेचे आणि मद्याचे उदाहरण देऊन सांगतात की, जशी गंगेत मिसळलेली अपवित्र गोष्टही गंगाजल होते, तसेच भक्तीमुळे सामान्य माणूसही पवित्र होतो. कधीकाळी ज्यांना हीन मानले गेले, आज मोठे पंडित-ब्राह्मणही त्यांच्या चरणी नतमस्तक होत आहेत, हा केवळ भगवंताच्या नामाचा महिमा आहे.

गुरू रविदासजी या रचनेत परमेश्वराच्या भक्तीच्या सामर्थ्याने जाती-पातीच्या भेदांचे खंडन करतात आणि आपल्या नीच समजल्या जाणाऱ्या जातीचा उल्लेख करून भक्तीचे महत्त्व सांगतात. ते म्हणतात की, माझी जात चमार आहे, जी समाजात बिख्यात (कनिष्ठ) मानली जाते, परंतु माझ्या हृदयात राम आणि गोविंदाचे गुण स्मरणात आहेत. पुढे, ते सांगतात की, संतजन गंगेच्या पवित्र पाण्याला आणि मद्याला एकच मानतात, कारण ते दोन्ही पाण्याच्याच रूपात पाहतात. गंगेचे पाणी आणि इतर पाणी यांच्यात भेद नसतो, कारण ते मिळाल्यावर एकच होतात. जे लोक फक्त बाह्य तीर्थस्थळांना पवित्र मानतात, त्यांचा विचार कावळ्यासारखा आहे, जो केवळ बाह्य गोष्टींवर विचार करतो. परंतु ज्याच्यावर भक्ती आणि भगवंताचे नाव लिहिलेले आहे, त्याला पूजा आणि नमस्कार केला जातो. शेवटी, रविदासजी म्हणतात की, माझी जात कुट आणि बांधला (चर्मकार) आहे, आणि मी दररोज वाराणसीच्या आसपास ढोर ढोवतो (काम करतो). परंतु आता, तुझ्या नामाच्या शरणेमुळे, हे प्रभू, ब्राह्मणांसारखे उच्चवर्णीय लोक मला नमस्कार करतात. गुरू रविदास, तुझा दास, तुझ्या नामाच्या आश्रयाने श्रेष्ठ झाला

आहे.

39. हरि जपत तेऊ जना पदम कवलास पति तास सम तुलि नही आन कोऊ

हरी जपता तो जन होई लक्ष्मी-पती (विष्णू) सम, तोड नाही तयासी कुणाची रे,
एकचि तो अनेक होऊनी विस्तारला, चराचरी भरला तोची रे ॥१॥
ज्यांच्या घरात भागवत लिहिले, दुजे काही न पाहिले, जात तयाची अछूत शिंपी रे, (ध्रुवपद)
व्यासांनी गौरविले, सनकादिकांनी पाहिले, नामाची (नामदेवाची) कीर्ती पसरली सप्त द्वीपी रे, देवा... ॥
ज्यांच्या कुळात ईद-बकरीदीला गोमाता वध करिती, मानिती शेख, शहीद अन् पिराला रे,
ज्याच्या बापाने ते केले, परी पुत्राने (भक्तीने) सर्व साधले, तिन्ही लोकी प्रसिद्ध त्या कबीराला रे ॥२॥
ज्यांचे कुटुंब ढेड समजून आजही मृत ढोरे वाहती, वाराणसीच्या नित्य आसपास रे,
आचारवान ब्राह्मणही तयासी करिती दंडवत, त्यांचा पुत्र हा रविदास, दासांचा दास रे ॥३॥

हरि जपत तेऊ जना पदम कवलास पति तास सम तुलि नही आन कोऊ॥
एक ही एक अनेक होइ बिसथरिओ आन रे आन भरपूरि सोऊ ॥
जा कै भागवतु लेखीऐ अवरु नही पेखीऐ तास की जाति आछोप छीपा ॥
बिआस महि लेखीऐ सनक महि पेखीऐ नाम की नामना सपत दीपा ॥1॥
जा कै ईदि बकरीदि कुल गऊ रे बधु करहि मानीअहि सेख सहीद पीरा ॥
जा कै बाप वैसी करी पूत ऐसी सरी तिहू रे लोक परसिध कबीरा ॥2॥
जा के कुट्मब के ढेढ सभ ढोर ढोवंत फिरहि अजहु बंनारसी आस पासा ॥
आचार सहित बिप्र करहि डंडउति तिन तनै रविदास दासान दासा ॥3॥

हे 'राग मल्लार' मधील भजन भक्तीची अथांग शक्ती, नामाचा महिमा आणि संतांच्या अलौकिक स्थितीचे वर्णन करणारे अतिशय सुंदर आणि ऐतिहासिक पद आहे. यात त्यांनी स्वतःचा, संत कबीरांचा आणि संत नामदेवांचा (छीपा/शिंपी) उल्लेख करून, भक्तीमुळे ते संपूर्ण जगात कसे वंदनीय झाले हे सांगितले आहे. मोठे मोठे कर्मकांडी ब्राह्मणही आज त्यांच्या चरणी नतमस्तक होतात, हा केवळ हरी नामाचा प्रताप आहे.

गुरू रविदासजी या रचनेत परमेश्वराच्या भक्तीच्या सामर्थ्याने सामाजिक भेदभावांचा अंत होतो आणि भक्ताचा उद्धार होतो हे दर्शवतात. ते म्हणतात की, जे भक्त हरिनामाचा जप करतात, ते पद्म आणि कमलासारखे (श्रेष्ठ) होतात, आणि त्यांच्याशी कोणीही तुलना करू शकत नाही. एकमेव परमेश्वर अनेक रूपांत प्रसारित होऊन सर्वत्र पूर्ण आहे. ज्यांच्यावर भगवंताचे नाव लिहिलेले आहे, त्यांना कोणीही नीच समजू शकत नाही, मग त्यांची जात आछूत किंवा चमार (छीपा) असली तरी. व्यासांनी शास्त्रांत आणि सनकादिकांनी ध्यानात नामाच्या महिम्याचे सप्तद्वीपांपर्यंत गायन केले आहे. ज्या भक्ताच्या घरी बकरी किंवा गाय बांधली जाते आणि ज्याला लोक शेख, शहीद किंवा पीर म्हणून आदर देतात, त्याच्या वडिलांनी जे कार्य केले, त्याचप्रमाणे त्याच्या पुत्रानेही (कबीराने) तिन्ही लोकांत ख्याती मिळवली. रविदासजी स्वतःचा दाखला देतात की, ज्या कुटुंबातील सर्वजण ढोर ढोवणारे (कनिष्ठ काम करणारे) आहेत आणि वाराणसीच्या आसपास फिरतात, त्या गुरू रविदासाला, जो दासांचा दास आहे, आचार्य आणि ब्राह्मणही नमस्कार करतात, कारण त्याने परमेश्वराच्या भक्तीने सर्व भेद मिटवले आहेत.

40. मिलत पिआरो प्रान नाथु कवन भगति ते

मिळतील प्यारे प्राणनाथ, कोणत्या भक्तीने रे?

साधूसंगती लाभता, पावे परम गती रे ॥१॥
मळलेले कपडे मी किती बरे धुवू? (ध्रुवपद)
येईल ही (मोहाची) झोप, कुठेवर झोपू? मना... ॥
जे जे मी जोडिले, ते ते सर्व फाटले रे,
खोट्या या व्यापाराची, बाजारपेठ उठली रे ॥२॥
रविदास म्हणे जेव्हा कर्माचा हिशोब झाला,
जे जे मी केले होते, ते तेची पाहिले रे ॥३॥

मिलत पिआरो प्रान नाथु कवन भगति ते ॥
साधसंगति पाई परम गते ॥
मैले कपरे कहा लउ धोवउ ॥
आवैगी नीद कहा लगु सोवउ ॥1॥
जोई जोई जोरिओ सोई सोई फाटिओ ॥
झूठै बनजि उठि ही गई हाटिओ ॥2॥
कहु रविदास भइओ जब लेखो ॥
जोई जोई कीनो सोई सोई देखिओ ॥3॥

हे 'राग आसा' मधील भजन आत्मपरीक्षण आणि संसाराच्या नश्वरतेवर प्रकाश टाकणारे आहे. यात ते विचारतात की, "प्राणनाथ (परमात्मा) कोणत्या भक्तीने मिळेल?" आणि त्याचे उत्तर देतात की, "साधूसंगतीनेच परम गती प्राप्त

होते." पुढे ते मानवी जीवनाची तुलना करताना म्हणतात की, "मी माझे हे मळलेले कपडे (पाप/विकार) किती धुवू? आणि मोहाच्या झोपेत किती काळ झोपू? मी संसारात जे जे जोडले, ते सर्व फाटले (नष्ट झाले) आणि शेवटी कर्माचा हिशोब देताना जे जे केले, ते सर्व समोर आले."

'मळलेले कपडे' म्हणजे मनातील विकार आणि 'झोप' म्हणजे अज्ञान-मोह, हा आध्यात्मिक भाव लक्षात घेऊन स्वरांमध्ये एक आर्तता आणि वैराग्य प्रकटू द्यावे. गुरू रविदासजी या रचनेत परमेश्वराच्या भक्तीचा मार्ग आणि साधुसंगतीचे महत्त्व सांगतात. कोणत्या भक्तीने प्राणनाथ (परमेश्वर) मिळतो? साधुसंगतीद्वारे परमगती (मुक्ती) प्राप्त होते. मनातील मळलेले विचार (मैले कपरे) कसे धुवावेत? आणि सांसारिक निद्रा (आळस) येत असताना खरे झोपणे (ध्यान) कसे साधावे? या संसारात जे काही जोडले जाते, ते सर्व तुटते, आणि खोट्या व्यापारात (मायेच्या हाटात) सर्व काही नष्ट होऊन जाते.

शेवटी, गुरू रविदासजी सांगतात की, जेव्हा जीवनाचा हिशेब (लेखा) येतो, तेव्हा प्रत्येकाने जे जे केले, तेच तेच दिसते. म्हणजेच, आपल्या कर्मांचे फळ भोगावे लागते, आणि साधुसंगती व भक्तीच खरा मार्ग आहे.

आरती

1. नामु तेरो आरती मजनु मुरारे ।
हरि के नाम बिनु झूठे सगल पसारे ॥ रहाउ ॥
नाम तेरा आसनो नाम तेरा उरसा, नाम तेरा केसरो ले छिटकारे ।
नाम तेरा अंभुला नाम तेरा चंदनोघसि, जपे नाम ले तुझहि कउ चारे ॥ १ ॥
नाम तेरा दीवा नाम तेरो बाती, नाम तेरो तेल ले माहि पसारे ।
नाम तेरे की जोति लगाई, भइओ उजिआरो भवन सगलारे ॥ २ ॥
नाम तेरो तागा नाम फूल माला, भार अठारह सगल जूठारे ।
तेरो कियो तुझ ही किया अरपउ, नाम तेरो तुही चंवर ढोलारे ॥ ३ ॥
दस अठा अठसठे चारे खानी, इहै वरतणि है सगल संसारे ।
कहै रविदास नाम तेरो आरती, सतिनाम है हरिभोग तुम्हारे ॥ ४ ॥

नाव तुझे आरती मजण मुरारे ।
हरीच्या नामाविण व्यर्थ हे पसारे ॥ ध्रुव ॥
नाव तुझे आसन नाव तुझे उरसा, नाव तुझे केशर शिंपितो मी ईशा ।

नाव तुझे जल अन नाव तुझे चंदन, नाम घेऊनी तुज करितो अर्पण ॥ १ ॥
नाव तुझे दिवा नाव तुझी वाती, नाव तुझे तेल पसरले जगात जगती ।
नाम तुझ्या नावाची ज्योत ही पेटली, उजळून गेली ही सृष्टी सगळी ॥ २ ॥
नाव तुझा धागा नाव फुलमाळा, अठरा भार वनस्पती वाटे मज उष्टा ।
तुझे दिले देवा तुजलाची अर्पितो, नामाचा चवँर मी तुजवर ढळवितो ॥ ३ ॥
अठरा पुराणे अन तीर्थे ही चारी, नाम तुझे वर्तत आहे चराचरी ।
म्हणे रविदास नाम तुझी ही आरती, सत्यनाम हाच तुझा भोग हरी ॥ ४ ॥

www.ingramcontent.com/pod-product-compliance
Lightning Source LLC
LaVergne TN
LVHW022014200926
848481LV00007B/2384
9798905604447